റെഡ് ഷെൽട്ടറിലെ ഉണ്ണി

red shelterile unni

•

rajesh kadannappalli

•

first edition
october 2015

•

typesetting & published
chintha publishers, thiruvananthapuram

•

•

cover
vinod

•

വിതരണം

ദേശാഭിമാനി ബുക്ക് ഹൗസ്

H O തിരുവനന്തപുരം-695 035
phone: 0471-2303026, 6063026
www.chinthapublishers.com
chinthapublishers@gmail.com

ബ്രാഞ്ചുകൾ

ഹെഡ്ഓഫീസ് ബ്രാഞ്ച് കുന്നുകുഴി • സ്റ്റാച്യു തിരുവനന്തപുരം • കെ എസ് ആർ ടി സി ബസ് സ്റ്റേഷൻ ആലപ്പുഴ • കെ എസ് ആർ ടി സി ബസ് സ്റ്റേഷൻ എറണാകുളം • മച്ചിങ്ങൽ ലെയിൻ തൃശൂർ • ഐ ജി റോഡ് കോഴിക്കോട് • മാവൂർ റോഡ് കോഴിക്കോട് • എൻ ജി ഒ യൂണിയൻ ബിൽഡിങ് കണ്ണൂർ • സെൻട്രൽ ബസ് ടെർമിനൽ കോംപ്ലക്സ് താവക്കര കണ്ണൂർ

CO - 2262 / 3745

റെഡ് ഷെൽട്ടറിലെ ഉണ്ണി

നടൻ ഉണ്ണിക്കൃഷ്ണൻ നമ്പൂതിരിയുടെ ജീവിതം

രാജേഷ് കടന്നപ്പള്ളി

ചിന്ത പബ്ലിഷേഴ്സ്
തിരുവനന്തപുരം-695 035

രാജേഷ് കടന്നപ്പള്ളി

പരേതനായ യു കെ ബാലകൃഷ്ണന്റെയും കെ കൈരളി യുടെയും മകൻ. മൊഗ്രാൽ പുത്തൂർ ഗവ. ഹയർ സെക്കന്ററി സ്കൂൾ മലയാളം അദ്ധ്യാപകൻ. *ദേശാഭിമാനി* പത്രാധിപസമിതിയിൽ പ്രവർത്തിച്ചിരുന്നു. മലയാളസാഹി ത്യത്തിൽ ബിരുദാനന്തര ബിരുദവും ബി എഡും. ജേർണ ലിസത്തിൽ ഡിപ്ലോമ. പുരോഗമനകലാ സാഹിത്യസംഘം കണ്ണൂർ ജില്ലാ കമ്മിറ്റിയംഗം. കൃതികൾ: *ചുവന്നവീട്, ഓർ മ്മകൾ അനുഭവങ്ങൾ* (എഡിറ്റർ).

ഭാര്യ : ഷബ്ന

മകൻ : അമോഘ്

വിലാസം : ബാലകൃഷ്ണാലയം, വൈക്കത്ത്
പി ഒ ഉദിനൂർ, കാസർകോട്

ഫോൺ : 9847092336

E-mail : rajeshkadannappally@gmail.com

ഉള്ളടക്കം

പ്രസാധകക്കുറിപ്പ്

അസാധാരണമായ ഒരു ജീവിതമാണ് *റെഡ് ഷെൽട്ടറിലെ ഉണ്ണി*യെന്ന ഈ പുസ്തകത്തിൽ ആവിഷ്കൃതമാവുന്നത്. എഴുപത്തിയാറാമത്തെ വയസ്സിൽ മലയാളസിനിമയിലേക്കു കടന്നുവരികയും അകൃത്രിമവും അസാമാന്യവുമായ അഭിനയശേഷിവഴി സിനിമാസ്വാദകരുടെയും വിദഗ്ദ്ധരുടെയും അഭിനന്ദനം നേടുകയും ചെയ്ത പുല്ലേരിവാദ്ധ്യാരില്ലത്ത് ഉണ്ണിക്കൃഷ്ണൻ നമ്പൂതിരിയുടെ ജീവിതത്തിന്റെ ബഹുമുഖതലങ്ങളാണ് ഈ പുസ്തകത്തിൽ ചുരുൾ നിവർത്തുന്നത്. പഠിക്കാൻ സമർത്ഥനായിരുന്നില്ലെങ്കിലും കഷ്ടതയനുഭവിക്കുന്ന മനുഷ്യരുടെ മോചനത്തിനു വേണ്ടിയുള്ള രാഷ്ട്രീയത്തിന്റെ ഭാഗമാവാൻ സന്നദ്ധനായിരുന്നു കുട്ടിയായ ഉണ്ണിക്കൃഷ്ണൻ. അതുകൊണ്ടാണ് അദ്ദേഹം എ കെ ജി യുടെ ഉണ്ണിയെന്ന പേരിലറിയപ്പെട്ടത്. കമ്യൂണിസ്റ്റു രാഷ്ട്രീയവും ദൈവവിശ്വാസവും ഒരുമിച്ചുകൊണ്ടുപോവാൻ കഴിയുമെന്ന് സ്വന്തം ജീവിതത്തിലൂടെ അദ്ദേഹം തെളിയിക്കുന്നു. നടനെന്നതിലുപരി, കമ്യൂണിസ്റ്റെന്നറിയപ്പെടാനാഗ്രഹിക്കുന്ന ഈ അതുല്യകലാകാരന്റെ ജീവിതാഖ്യാനം വളരെ സന്തോഷത്തോടെയാണ് ചിന്ത പ്രസിദ്ധം ചെയ്യുന്നത്.

ചിന്ത പബ്ലിഷേഴ്സ്

തിരനോട്ടം

മലയാളിയുടെ മുത്തച്ഛനായി വെള്ളിത്തിരയിൽ തിളങ്ങിയ ഉണ്ണിക്കൃഷ്ണൻ നമ്പൂതിരിയുടെ ജീവിതാഖ്യാനമാണ് *റെഡ് ഷെൽട്ടറിലെ ഉണ്ണി.* ഉണ്ണിക്കൃഷ്ണൻ നമ്പൂതിരിയുടെ നവതി ആഘോഷവേളയിൽ *ദേശാഭിമാനി വാരിക*യിൽ പ്രസിദ്ധീകരിച്ച വാദ്ധ്യാരില്ലത്തെ കമ്യൂണിസ്റ്റ് മുത്തച്ഛൻ എന്ന അഭിമുഖമാണ് ഇതിനടിസ്ഥാനമായി സ്വീകരിക്കുന്നത്. ഉണ്ണിക്കൃഷ്ണൻ നമ്പൂതിരിയുടെ ജീവിതത്തിൽ അസാധാരണത്വം ഏറെയുണ്ട്. പൗരോഹിത്യകുടുംബത്തിൽ പിറന്നിട്ടും ചട്ടക്കൂടുകളെ വകവയ്ക്കാതെ കമ്യൂണിസ്റ്റായി. എ കെ ജി അടക്കമുള്ള നേതാക്കൾ ഇല്ലത്ത് ഒളിവിൽ കഴിഞ്ഞപ്പോൾ അവരെ പരിചരിച്ചു. എ കെ ജിയുമായി ആത്മബന്ധമുള്ള ആ തലമുറയിൽപ്പെട്ട ജീവിച്ചിരിക്കുന്ന അപൂർവ്വ വ്യക്തി. വാർദ്ധക്യത്തിന്റെ തടവറയിൽ കഴിയേണ്ടകാലത്ത് സിനിമയിലെത്തി പ്രസിദ്ധനായ നടൻ. ഈശ്വരവിശ്വാസിയായ കമ്യൂണിസ്റ്റ്. വൈവിദ്ധ്യമാർന്ന ജീവിതത്തിന്റെ അടയാളമാണ് ഉണ്ണിക്കൃഷ്ണൻ നമ്പൂതിരി.

ബ്രാഹ്മണമേധാവിത്വം ശക്തമായ കാലം. കമ്യൂണിസം എന്നു കേൾക്കുന്നതേ അയിത്തമായ സമയത്താണ് കമ്യൂണിസ്റ്റ് നേതാക്കളെ ഊട്ടാനും സംരക്ഷിക്കാനും പുല്ലേരി വാദ്ധ്യാരില്ലക്കാർ തയ്യാറായത്. നാടുതിളച്ച നാല്പതുകളിൽ തുടങ്ങിയ കമ്യൂണിസ്റ്റ് കൂറ് താരപ്രഭയിലും കൈവിടാതെ സൂക്ഷിക്കുന്നുവെന്നതാണ് ഉണ്ണിക്കൃഷ്ണൻ നമ്പൂതിരിയുടെ സവിശേഷത. വിസ്മരിക്കപ്പെടുന്ന ചരിത്രത്തിന്റെ പുനരാഖ്യാനം കാലത്തോടുള്ള പ്രതിബദ്ധതയാണ്. ഇന്നലെകളിൽ നിന്നുകൊണ്ടു മാത്രമേ വർത്തമാനത്തോട് ഏറ്റുമുട്ടാൻ കഴിയൂ. ദേശവും ജീവിതവും പരിവർത്തനവിധേയമായത് എളുപ്പത്തിലുള്ള ഒരു പ്രക്രിയയായിരുന്നില്ല, നടന്നുവന്ന നാൾവഴികളോരോന്നും എതിർപ്പുകളെ അതിജീവിച്ചാണെന്നതിന്റെ ജീവിതരേഖ കൂടിയാണിത്.

അഭിനയക്കളരിയുടെ ആവശ്യമോ പരിശീലനമോ ഇല്ലാതെ അരങ്ങിൽ തിളങ്ങാനാകുമെന്നതിന്റെ ജീവിതസാക്ഷ്യംകൂടിയാണ് ഉണ്ണികൃഷ്ണൻ നമ്പൂതിരി. കലർപ്പില്ലാത്ത ജീവിതത്തെ പച്ചയായി പകർത്തിയാൽ മഹാഭിനയമാകുമെന്നും ഈ നടൻ തെളിയിച്ചു. കാലത്തിനൊപ്പം കരുത്തോടെ നടക്കാൻ പോയകാലത്തെ ത്യാഗവും ജീവിതവുമാണ് വഴികാട്ടി. ആ അർത്ഥത്തിൽ *റെഡ് ഷെൽട്ടറിലെ ഉണ്ണി*യും സമർപ്പിക്കുന്നു.

പ്രൗഢവും സർഗ്ഗാത്മകവുമായ അവതാരിക എഴുതി ഇതിനെ ധന്യമാക്കിയ അനുഗൃഹീത നടൻ, മലയാളിയുടെ പ്രിയതാരം മമ്മൂട്ടി, കൈരളി ടി വി എം ഡി ജോൺ ബ്രിട്ടാസ്, സംവിധായകൻ ജയരാജ്, ടി വി രാജേഷ് എം എൽ എ, കൈതപ്രം ദാമോദരൻ നമ്പൂതിരി ഉൾപ്പെടെ ഉണ്ണികൃഷ്ണൻ നമ്പൂതിരിയുടെ കുടുംബാംഗങ്ങൾ, *ദേശാഭിമാനി* ബ്യൂറോ ചീഫ് കെ ടി ശശി, ടി ഐ മധുസൂദനൻ, ആർ ഉണ്ണിമാധവൻ, കൃഷ്ണൻ നടുവലത്ത്, സി പി രമേശൻ തുടങ്ങി സുമനസ്സുകൾക്കും പ്രസാധനം നിർവ്വഹിച്ച ചിന്താ പബ്ലിഷേഴ്സിനും സാരഥികൾക്കും നന്ദി.

രാജേഷ് കടന്നപ്പള്ളി

പച്ചമണ്ണിന്റെ ഗന്ധവും പഴച്ചാറിന്റെ മാധുര്യവും

മമ്മൂട്ടി

ഉണ്ണിക്കൃഷ്ണൻ നമ്പൂതിരിയെക്കുറിച്ചൊരു പുസ്തകം; അതിനൊരവതാരിക- ഇത്തരമൊരു അഭ്യർത്ഥന വന്നപ്പോൾ എന്റെ മനസ്സിൽ നാമ്പിട്ടത് ഒട്ടേറെ ചോദ്യങ്ങളാണ്. ശ്രേഷ്ഠനായ ഉണ്ണിക്കൃഷ്ണൻ നമ്പൂതിരിയുടെ ജീവിതം ഒരു പുസ്തകത്തിൽ ഒതുങ്ങുന്നതാണോ? ഒരവതാരികയിൽ ആ ജീവിതരേഖയ്ക്ക് ആമുഖം ചാർത്താൻ എനിക്കെത്രമാത്രം കഴിയും? വിസ്തൃതമായ ആ ജീവിതപ്പരപ്പിനെ ഒരാമുഖം എന്ന കൈക്കുമ്പിളിലേക്ക് സന്നിവേശിപ്പിക്കുമ്പോൾ സംഭവിക്കുന്ന ശോഷണത്തിന് ഞാൻ ഉത്തരവാദിയാകില്ലേ? ഈ ചോദ്യങ്ങളെയെല്ലാം മനസ്സിൽ നിലനിർത്തിക്കൊണ്ടു തന്നെ ആമുഖമെന്ന സാഹസത്തിന് മുതിരുകയാണ്. ഉണ്ണികൃഷ്ണൻ നമ്പൂതിരിയുടെ അഭ്യുദയകാംക്ഷികളും വായനക്കാരും സദയം ക്ഷമിക്കുക.

റെഡ് ഷെൽട്ടറിലെ ഉണ്ണി എന്ന പുസ്തകത്തിന് പല മാനങ്ങളുണ്ട്. വടക്കെ മലബാറിന്റെ രാഷ്ട്രീയ ചരിത്രത്തിൽ നിർണ്ണായക സ്വാധീനമുള്ള പുല്ലേരി വാദ്ധ്യാർ ഇല്ലത്തെ ഇപ്പോഴത്തെ മുത്തച്ഛനെക്കുറിച്ച് ഒരുപാട് കേട്ടിരുന്നു. എന്നാൽ സിനിമയെന്ന മാധ്യമമാണ് അദ്ദേഹത്തെ കാണാനും അനുഭവിക്കാനും എന്തിനേറെ അദ്ദേഹത്തിന്റെ ആശ്ലേഷത്തിന് പാത്രമാകാനും എനിക്ക് അവസരം ഒരുക്കിയത്. *രാപ്പകൽ, പോക്കിരിരാജ, ലൗഡ്സ്പീക്കർ, ഒരാൾമാത്രം* എന്നിങ്ങനെയുള്ള ചിത്രങ്ങളാണ് അദ്ദേഹത്തിന്റെ ഹൃദയത്തുടിപ്പുകൾ ഏറ്റുവാങ്ങാൻ എനിക്ക് അവസരം ഒരുക്കിയത്. പച്ചയായ മനുഷ്യന്റെ നിഷ്കളങ്കമായ ഹൃദയവായ്പിനു മുന്നിൽ ആരും നമ്രശിരസ്കരായി നിന്നുപോകും. അദ്ദേഹത്തിന്റെ ജീവിതവഴിത്താരയുടെ പ്രതിഫലനമെന്ന നിലയ്ക്കുള്ള ഒരു രംഗം *രാപ്പകലി*ലുണ്ട്. ഒരുപാട് ഉയർച്ച താഴ്ചകൾ കണ്ട ഒരു ഇല്ലത്തിന്റെ അവകാശിക്ക് പൂർണ്ണമായി ഉൾക്കൊള്ളാൻ കഴിയുന്ന രംഗമായിരുന്നു അത്.

പുതുതലമുറയുടെ ധനാർത്തിക്കുവേണ്ടി ഹൃദയബന്ധങ്ങളെ മുറിച്ചുമാറ്റിക്കൊണ്ട്, തറവാട് വിറ്റ് പങ്കുവെക്കുന്ന മുഹൂർത്തം ഈ സിനിമയ്ക്ക് ഒട്ടേറെ വൈകാരിക തലങ്ങൾ നല്കിയിരുന്നു. ഈശ്വരമംഗലം കോവിലകത്തെ വലിയവർമ്മയായി വേഷമിട്ട ഉണ്ണിക്കൃഷ്ണൻ നമ്പൂതിരിയും കാര്യസ്ഥന്റെ വേഷത്തിൽ വന്ന ഞാനും തമ്മിൽ വൈകാരികമായി സന്ധിക്കുന്ന മുഹൂർത്തം. വാഴത്തോപ്പിൽ കിളയ്ക്കുകയായിരുന്ന, വിയർത്തുകുളിച്ച എന്നെ അദ്ദേഹം വാരിപ്പുണരുന്നു. മണ്ണിന്റെയും വിയർപ്പിന്റെയും ഗന്ധത്തിനുവേണ്ടിത്തന്നെയാണ് താൻ കെട്ടിപ്പിടിച്ചതെന്ന ഡയലോഗും അദ്ദേഹത്തിനുണ്ട്. തിരക്കഥയുടെ ഭാഗമാണെങ്കിലും ആ സംഭാഷണശകലത്തിൽ ആത്മാവിന്റെ ഭാവതലങ്ങൾ ചാർത്തുന്ന പ്രകടനമായിരുന്നു അദ്ദേഹത്തിന്റേത്. മനസ്സിന്റെ ആഴങ്ങളിൽ അദ്ദേഹം സൂക്ഷിച്ചിരുന്ന സ്മൃതിനിശ്വാസങ്ങളായിരിക്കാം ഈ സംഭാഷണത്തിലൂടെ പുറത്തുവന്നത്.

ഈ സിനിമയുടെ ലൊക്കേഷനിൽ വച്ചു തന്നെയാണെന്നു തോന്നുന്നു, അദ്ദേഹം ഒരു നോട്ടുപുസ്തകത്തിൽ രണ്ടുവരി കുറിക്കാൻ എന്നോട് അഭ്യർത്ഥിച്ചത്. ഒട്ടേറെ ഓട്ടോഗ്രാഫുകൾ എഴുതിയിട്ടുള്ള എനിക്ക് ചമ്മൽ തോന്നിയ മുഹൂർത്തം കൂടിയായിരുന്നു അത്. ഇദ്ദേഹത്തെപ്പോലുള്ള ഒരു കെടാവിളക്കിന് ഞാനെന്തു കുറിച്ചുകൊടുക്കും? പക്ഷേ, പെട്ടെന്ന് മനസ്സിലേക്കു വന്ന വരികളുണ്ട്. അത് ഈ പുസ്തകത്തിൽ ഉദ്ധരിച്ചു കണ്ടപ്പോൾ വളരെ സന്തോഷം തോന്നി. "തലനരച്ചതുകൊണ്ട് അങ്ങ് വൃദ്ധനോ ഞാൻ യുവാവോ ആകില്ല... യൗവനം വന്നുദിച്ചിട്ടും ചെറുതായില്ല ചെറുപ്പം" നളചരിതത്തിലെ ഈ വരികളിൽ എല്ലാം അടങ്ങിയിട്ടുണ്ട്. ഷൂട്ടിങ്ങിന്റെ ഇടവേളകളിൽ തിരുമേനിയുമായുള്ള സംഭാഷണങ്ങൾ അറിവിന്റെയും ജിജ്ഞാസയുടെയും ഒരുപാട് ജാലകങ്ങൾ തുറന്നു. അധികാരവും അഹങ്കാരവും ഒന്നിക്കുമ്പോൾ അത് ഫാസിസത്തിന് വഴിമാറുമെന്നത് ചരിത്രസത്യമാണ്. എന്നാൽ അറിവും വിനയവും സന്നിവേശിക്കപ്പെടുമ്പോൾ അത് സൃഷ്ടിക്കുന്നത് അനന്യമായ ദീപ്തിയാണ്. ഇത്തരമൊരു അനുഭൂതിയാണ് അദ്ദേഹവുമായി സംവദിക്കുമ്പോഴൊക്കെ എനിക്ക് ലഭിച്ചിട്ടുള്ളത്. നല്ലൊരു സൗന്ദര്യ ആസ്വാദകനാണ് അദ്ദേഹം. സുകുമാരകലയെക്കുറിച്ചുള്ള അദ്ദേഹത്തിന്റെ അഗാധമായ അറിവ് എന്നെ അത്ഭുതപ്പെടുത്തിയിട്ടുണ്ട്. വേദങ്ങളിൽ തുടങ്ങി ചരിത്രത്തിന്റെ ഉൾപ്പിരിവുകളിലൂടെ അനർഗ്ഗളമായി പ്രയാണം ചെയ്യാനുള്ള കഴിവ് അപാരം തന്നെയാണ്. കേരളത്തിലെ ജ്വലിക്കുന്ന വ്യക്തിത്വങ്ങളെക്കുറിച്ച്, അവരുമായി തനിക്കുള്ള അടുപ്പത്തിൽനിന്ന് കടഞ്ഞെടുത്ത വിവരങ്ങൾ തിരുമേനി കൈമാറി. അബ്ദുറഹിമാൻ സാഹിബിനെക്കുറിച്ചുള്ള ഈരടികൾ പാടിയപ്പോൾ ചരിത്രം പുനർജ്ജനിക്കുന്ന അവസ്ഥയാണ് സൃഷ്ടിക്കപ്പെട്ടത്.

നവതിയുടെ നിറവിൽ നില്ക്കുന്ന ഉണ്ണിക്കൃഷ്ണൻ നമ്പൂതിരിയെക്കുറിച്ചും അദ്ദേഹത്തിന്റെ പുല്ലേരി വാദ്ധ്യാർ ഇല്ലത്തെക്കുറിച്ചും ആധി

കാരികമായി പ്രതിപാദിക്കാനുള്ള പരിജ്ഞാനം എനിക്കില്ല. കൈരളി ടി വി എം ഡി ജോൺ ബ്രിട്ടാസിൽനിന്നും മറ്റു ചില കാര്യങ്ങൾ ഞാൻ മനസ്സിലാക്കിയിട്ടുണ്ട്. തിരുമേനിയുടെ മകൻ ബ്രിട്ടാസിന്റെ സഹപാഠി യായിരുന്നു. കൂടാതെ റെഡ് ഷെൽട്ടറിൽ തിരുമേനിയുടെ രാഷ്ട്രീയ-സാമൂഹ്യ വീക്ഷണങ്ങളെക്കുറിച്ച് അർത്ഥവത്തായ അപഗ്രഥനങ്ങളുണ്ട്. ഇതൊക്കെ പുതുതലമുറയെ ഓർമ്മിപ്പിക്കുന്നത് എന്തുകൊണ്ടും പ്രസ ക്തമാണ്. വാദ്ധ്യാർ ഇല്ലത്തിന്റെ വാതിലിലൂടെ ഉള്ളിലേക്കു പ്രവേശി ക്കുന്നവരുടെ ജാതിയും മതവും വിശ്വാസധാരകളും അവിടെയാരും പരി ശോധിച്ചില്ല. മാനവികതയുടെ ദീപ്തമായ പ്രകാശധാരയിലൂടെ കാൽവെ ച്ചവർ നിരവധിയാണ്. എ കെ ജിയുടെ പ്രിയങ്കരനായ ഉണ്ണി, വിശ്വാസി യായ കമ്യൂണിസ്റ്റായി തുടർന്നതുതന്നെ വലിയൊരു പാഠമാണ്. നമ്മുടെ നവോത്ഥാന മൂല്യങ്ങളൊക്കെ ഒന്നൊന്നായി കടപുഴകുന്ന ഈ വേള യിൽ അന്യം നിന്നുപോകുന്ന മഹത്തായ കണ്ണികളിലൊന്നായ ഉണ്ണി ക്കൃഷ്ണൻ നമ്പൂതിരിയുടെ ജീവിതം നമ്മുടെ സമൂഹത്തിന് എന്തു കൊണ്ടും പ്രചോദനമാണ്.

"ജാതിഭേദം മതദ്വേഷം
ഏതുമില്ലാതെ സർവ്വരും
സോദരത്വേനവാഴുന്ന
മാതൃകാസ്ഥാനമാണിത്"

ഗുരുദേവന്റെ ഈ മഹത്തായ വരികൾക്ക് ജീവിതഭാഷ്യം നല്കിയ ഉണ്ണിക്കൃഷ്ണൻ നമ്പൂതിരിയുടെ ജീവിതം കെടാവിളക്കായി നില്ക്കട്ടെ യെന്ന് പ്രാർത്ഥിക്കുന്നു.

കോലത്തിരിയുടെ ദേശം

കണ്ണെത്താദൂരത്തോളം കനകം വിളയുന്ന വയലുകൾ. ഹരിത കഞ്ചുകമണിഞ്ഞ ചെങ്കൽക്കുന്നുകൾ തല ഉയർത്തിനില്ക്കുന്ന താഴ്വാരം. ജലസമൃദ്ധി ചൊരിയുന്ന വണ്ണാത്തിപ്പുഴ. തെളിനീരുറവയുമായി കുണുങ്ങിനടക്കുന്ന കാനായി കാനം. തരുലതാദികളാൽ സമൃദ്ധമായ വള്ളിക്കെട്ട്. കറയൊറ്റാരാലസൽ ഗ്രാമഭംഗി പാടാൻ പ്രേരിപ്പിക്കുന്ന ഭൂപ്രദേശം. കോലത്തുനാട്ടിലെ കോറോം ദേശത്തിന്റെ പ്രകൃതിചിത്രത്തെ ഇങ്ങനെ പകർത്താം. കാലപ്രവാഹത്തിൽ വയലും കുന്നും വഴിമാറിയെങ്കിലും വണ്ണാത്തിപ്പുഴയിലെ നിലയ്ക്കാത്ത ഒഴുക്കുപോലെ കോറോത്തിന്റെ ദേശചരിത്രം പലവഴികളായി പരന്നൊഴുകുന്നു ചിറയ്ക്കൽ തമ്പുരാന്റെ പടനായകൻ കൊടക്കൽ കുഞ്ഞിക്കണ്ണൻ പിറന്ന മണ്ണ്. മുരിക്കഞ്ചേരി കേളുവിനെതിരെ പടജയിച്ച കുഞ്ഞിക്കണ്ണന് കോലത്തിരി രാജാവ് ആഗ്രഹിക്കുന്നതെന്തും നല്കാൻ തയ്യാറായി. ചിറയ്ക്കൽ കൊട്ടാരത്തിന്റെ പടിവാതിലിൽ കൊളുത്തിയ ശ്രീ ജയന്തി വിളക്കിലായിരുന്നു അദ്ദേഹത്തിന്റെ നോട്ടം. നിധിപോലെ കാത്ത ശ്രീ ജയന്തി വിളക്ക് മടികൂടാതെ പാരിതോഷികമായി നല്കി. കോറോം കൊടക്കൽ തറവാട്ടിൽ പഴയപ്രതാപത്തിന്റെ മായാത്ത മുദ്രയായി ശ്രീ ജയന്തി വിളക്ക് ഇന്നും വിളങ്ങുന്നു. കോലത്തിരിയും കോറോം ദേശവും തമ്മിലുള്ള ഉടയാത്ത സൗഹൃദത്തിന്റെ അവശേഷിക്കുന്ന സ്മാരകം. പെരിഞ്ചല്ലൂരുകാരുമായി ഇടഞ്ഞ കോലത്തിരി തുളുനാട്ടിൽനിന്നും കൊണ്ടുവന്ന സാഗരബ്രാഹ്മണരെ കുടിയിരുത്തിയ അഞ്ചുദേശങ്ങളിലൊന്നായി കോറോം. *സാഗരഗ്രന്ഥവരി*യിൽ വരരുചിമംഗലം എന്ന നാമത്തിൽ ഈ ദേശം വിരചിതമായി. ബ്രാഹ്മണശ്രേഷ്ഠനും മഹാപണ്ഡിതനുമായ വരരുചിയാൽ പ്രതിഷ്ഠിതമായ മഹാവിഷ്ണുക്ഷേത്രം സ്ഥിതിചെയ്യുന്നതിനാലായിരിക്കാം വരരുചിമംഗലം എന്ന പേരിനുകാരണം. കാർഷിക സമൃദ്ധമായിരുന്ന കോറോം ജനതയുടെ ഉപജീവനമാർഗ്ഗം കൃഷിയായിരുന്നു.

കൃഷിനിലത്തിൽ വലിയ ഭാഗം വേങ്ങയിൽ നായനാന്മാരുടെതായിരുന്നു. നാടുവിറപ്പിച്ച തമ്പുരാക്കന്മാരായിരുന്നു വേങ്ങയിൽ നായനാന്മാർ. കൂറ്റൂർ ആയിരുന്നു അസ്ഥാനമെങ്കിലും കാനായി, പാണപ്പുഴയിലും മഠങ്ങളുണ്ടായിരുന്നു. കർഷകർ വിയർപ്പൊഴുക്കി വിളയിക്കുന്ന നെല്ലും കാർഷികവിഭവങ്ങളും അടക്കിവച്ചത് ഇവിടങ്ങളിലാണ്.

നെല്ല് വിളഞ്ഞാലും വീണാലും പട്ടിണി കിടക്കേണ്ടിവന്ന കർഷകരുടെ ജീവിതത്തിനു പരിഹാരം കാണാനുള്ള പ്രവർത്തനം തുടക്കമിട്ട കാലം. കോറോത്തും കർഷകപ്രസ്ഥാനം നാമ്പെടുത്തു. ജനിച്ചു വളർന്ന നാടും കനകം വിതച്ച മണ്ണും അവകാശമാണെന്ന ബോധം തൊഴിലാളികളിൽ അങ്കുരിച്ചു. സ്വാതന്ത്ര്യത്തിന്റെ വിശാല ആകാശത്തിനായുള്ള പ്രക്ഷോഭം ജനതയുടെ ഉള്ളുണർത്തി. 1928 ൽ പയ്യന്നൂരിൽ നടന്ന കേരള പ്രദേശ് കോൺഗ്രസ് സമ്മേളനം പണ്ഡിറ്റ് ജവഹർലാൽ നെഹ്റുവിന്റെ സാന്നിദ്ധ്യത്താൽ ശ്രദ്ധേയമായി, 1930 ൽ ഉളിയത്തുകടവിൽ നടന്ന ഉപ്പുകുറുക്കൽ സമരം ഇളക്കിവിട്ട കാഹളം കോറോം ദേശത്തുള്ളവരെയും ഉണർത്തി. ജന്മിവർഗ്ഗത്തിന്റെ കരാളനീതിക്കെതിരെ സംഘടിതസമരാവേശത്താൽ ചരിത്രം രചിച്ചു.

ചൂഷണമില്ലാത്ത വ്യവസ്ഥയ്ക്കായി പോരടിക്കുന്നവർക്ക് പ്രതീക്ഷ പകർന്ന് 1939 ൽ പിണറായി പാറപ്രത്ത് കമ്യൂണിസ്റ്റ് പാർട്ടി പിറന്നു. ചൂഷകനില്ലാത്ത കാലത്തിനുവേണ്ടിയുള്ള പടയോട്ടത്തിനോടൊപ്പം നാട് അണിനിരന്നു. കർഷകപ്രക്ഷോഭങ്ങളിലും കമ്യൂണിസ്റ്റ് ആശയപ്രചരണത്തിലും സക്രിയമായി കോറോം ദേശത്തുള്ളവർ നിറഞ്ഞു. കയ്യൂരിലും കരിവെള്ളൂരിലും നടന്ന കർഷക പോരാട്ടങ്ങളുടെ വീരസ്മൃതിയിൽ കോറോം ചുവന്നുതെളിഞ്ഞു. ഇതോടെ ഒളിവിലും തെളിവിലും വിപ്ലവപ്രവർത്തനം നടത്തുന്ന പോരാളികളുടെ അഭയകേന്ദ്രമായി കോറോം. മഹാരഥനായ എ കെ ജി മുതലുള്ളവർ കോറോത്തെ ഊടുവഴികളിലൂടെ സമതുല്യതയ്ക്കായി നിർഭയം നടന്നു. പൊലീസിന്റെ കണ്ണിൽപ്പെടാതെ പോരാളികളെ മച്ചകങ്ങളിലും പത്തായപ്പുരയിലും ചെറ്റക്കുടിലിലും പാർപ്പിച്ചു. കറുത്തശക്തികളുടെ കൈയിൽപ്പെടാതിരിക്കാൻ കണ്ണിമപൂട്ടാതെ കാവൽനിന്നു. നേതാക്കളുടെ സാന്നിദ്ധ്യം കമ്യൂണിസ്റ്റ് പ്രത്യയശാസ്ത്രത്തിന്റെ പതാകവാഹകരായി ജനതയെ മാറ്റി. സമരത്തിന്റെയും സഹനത്തിന്റെയും വേലിയേറ്റം സൃഷ്ടിച്ചു. നാടിനുവേണ്ടി ആത്മത്യാഗം ചെയ്ത ഏഴു രക്തസാക്ഷികളുടെ സ്മരണകളുറങ്ങുന്ന നാടാണിന്ന് കോറോം. സമരമുഖത്ത് വെടിയേറ്റും ബയണറ്റിന്റെ പ്രഹരത്തിൽ പുളഞ്ഞും ജയിലറയിലെ മർദ്ദനത്തെ തുടർന്നും കോറോത്തെ പോരാളികളായ ബി പൊക്കൻ, മൊടത്തറ ഗോവിന്ദൻ നമ്പ്യാർ, കെ അബ്ദുൾഖാദർ, പാപ്പിനിശ്ശേരി കേളുനായർ, നടവളപ്പിൽ കോരൻ, മാരാങ്കാവിൽ കുഞ്ഞമ്പു, കാനാവളപ്പിൽ അമ്പു എന്നിവർ രക്തസാക്ഷികളായി.

വിപ്ലവചരിത്രത്തിലെ ചുവന്ന ഫർക്കയാണ് കോറോം. മലബാറിലെ കമ്യൂണിസ്റ്റ്-പ്രസ്ഥാനത്തിന്റെ വളർച്ചയിൽ ഊടുംപാവും ഒരുക്കിയ കുടുംബങ്ങളിൽ അഗ്രിമസ്ഥാനം അലങ്കരിക്കുന്നു കോറോത്തെ പുല്ലേരി

കുടുംബത്തോടൊപ്പം

വാദ്ധ്യാരില്ലം. നിറമോ കുലമോ നോക്കാതെ കമ്യൂണിസ്റ്റുകാരാണെന്ന ഒറ്റ പരിഗണനയിൽ ഇല്ലത്തെ അകത്തളങ്ങളിലും പത്തായപ്പുരയിലും ഒളിവിൽക്കഴിഞ്ഞ നേതാക്കളുടെ വലിയ നിരയുണ്ട്. അകത്ത് അമ്മ ഭക്ഷണം നല്കുമ്പോൾ പുറത്ത് മക്കൾ കാവൽനില്ക്കും. ഒറ്റുകാരോ പൊലീസോ വരുന്നുണ്ടോയെന്ന് നോക്കി. ആളനക്കം കേട്ടാൽ ഓടിയെത്തി വിവരം നല്കും. നേതാക്കളെ സുരക്ഷിതരാക്കും. എ കെ ജിയുടെ പ്രധാന ഒളികേന്ദ്രങ്ങളിൽ ഒന്നാണ് പുല്ലേരി വാദ്ധ്യാരില്ലം. ഇല്ലത്തുള്ളരെല്ലാം എ കെ ജിയുടെ സ്വന്തക്കാരും. ഇവരെ പേരെടുത്തു വിളിക്കാനും കയർക്കാനുമുള്ള സ്വാതന്ത്ര്യം അദ്ദേഹത്തിനുണ്ടായിരുന്നു. എ കെ ജിയുടെ കൈയിൽത്തൂങ്ങി കളിചിരി തമാശപറഞ്ഞ പുല്ലേരി ഇല്ലത്തെ ഉണ്ണി മലയാളക്കരയാകെ നിറഞ്ഞുനില്ക്കുന്ന നടൻ ഉണ്ണിക്കൃഷ്ണൻ നമ്പൂതിരിയായി വളർന്നു. ഇന്നത്തെ ഈ പെരുമയോടൊപ്പം എന്താണ് ചേർത്തുപറയാനുള്ളത്? ഭൂതകാലത്തിന്റെ രണസ്മൃതി.

ഏപ്രിൽ 11 കോറോം രക്തസാക്ഷി ദിനം. ജനിച്ച നാടിന്റെ നന്മയ്ക്കുവേണ്ടി ജീവത്യാഗം ചെയ്ത പോരാളികളുടെ ഓർമ്മദിനം. പോരാട്ടവീര്യത്തിന്റെ അണയാത്ത കനലുമായി അവരുടെ പിന്മുറക്കാർ ഒത്തുചേരുന്നു. തളർച്ചയില്ലാതെ താണ്ടാൻ വീര്യവും ആവേശവും പകരുന്ന ഓർമ്മയാണിന്നും രക്തസാക്ഷിദിനം. ദൂരദേശങ്ങളിൽ ജോലിചെയ്യുന്നവർ പോലും തിരക്കുകൾ മാറ്റിവച്ച് ഒത്തുകൂടും. അടുത്ത പ്രദേശത്തുനിന്നെത്തുന്നവരെ സൽക്കരിക്കാൻ നാട്ടുകാർ മത്സരിക്കും. ഉത്സവങ്ങൾക്കുമപ്പുറം ഉത്സാഹത്തോടെ നാടൊന്നാകെ രക്തസാക്ഷി നഗരിയിലേക്ക്.

കോറോത്തിന്റെ കഥ

ആയിരത്തി തൊള്ളായിരത്തി നാല്പത്തിയെട്ട് കമ്യൂണിസ്റ്റ് പാർടിയുടെ കൽക്കത്ത കോൺഗ്രസ്. പയ്യന്നൂർ ഫർക്കയിൽനിന്ന് പ്രതിനിധിയായി കോറോത്തെ കൊടക്കൽ കുഞ്ഞിക്കണ്ണൻ മാസ്റ്റർ സമ്മേളനനഗരിയിലെത്തി. സ്വതന്ത്രഭാരതത്തിലെ പട്ടിണിപ്പാവങ്ങളുടെ വിമോചനമായിരുന്നു ചർച്ച. പട്ടിണിയും ദാരിദ്ര്യവും തുടച്ചുനീക്കണമെന്നതിൽ പ്രതിനിധികൾക്ക് ഏകസ്വരം. ജന്മി-ഭൂപ്രഭു-മാടമ്പി വർഗ്ഗത്തിനെതിരെ ആയുധമെടുത്ത് അടരാടാനായിരുന്നു ആഹ്വാനം. സമ്മേളനവീര്യം നെഞ്ചേറ്റി കുഞ്ഞിക്കണ്ണൻ മാസ്റ്ററുടെ മടക്കം. സമ്മേളനത്തിൽ പങ്കെടുത്തവർ ഒളിവിൽക്കഴിയണമെന്നായിരുന്നു പാർട്ടി നിർദ്ദേശം. അതീവ രഹസ്യമായിട്ടായിരുന്നു തിരിച്ചുവരവ്. ഏഴിമല റെയിൽവേ സ്റ്റേഷനിൽ തീവണ്ടി ഇറങ്ങി. വേഷം മാറി പിടികൊടുക്കാതെ നട്ടിക്കടവിലെത്തി. നിറഞ്ഞൊഴുകുന്ന വണ്ണാത്തിപ്പുഴ നീന്തി കോറോത്തെത്തി. സമ്മേളനവികാരം സഹപ്രവർത്തകരുമായി പങ്കുവച്ചു. കെ സി കുഞ്ഞാപ്പുമാസ്റ്റർ, എ വി ചിണ്ടൻ, ടി പി സി നമ്പ്യാർ, ചിണ്ടപൊതുവാൾ എന്നിവരുമായിട്ട് കൂടിയാലോചന. പയ്യന്നൂരിലെത്തി പി കണ്ണൻ നായരെ കണ്ടുമുട്ടി. പട്ടിണിക്കും പരിവട്ടത്തിനും അറുതിവരുത്താൻ തെലങ്കാന മാതൃകയിൽ സായുധ വിപ്ലവം അനിവാര്യമാണെന്ന് ബോദ്ധ്യപ്പെടുത്തി. ഭക്ഷ്യക്ഷാമത്തിൽ വീർപ്പുമുട്ടുമ്പോൾ അടങ്ങിയിരിക്കുന്നത് ഭീരുത്വമാണെന്ന് സഖാക്കൾ കരുതി. പൊന്നുകൊടുത്താലും കരഞ്ഞുപറഞ്ഞാലും ഉരിയരി കൊടുക്കില്ലെന്ന തമ്പ്രാക്കളുടെ ശാഠ്യത്തിനെതിരെ പ്രതിരോധം തീർക്കേണ്ടതുണ്ടെന്നവർ ഉറപ്പിച്ചു. നാട് പട്ടിണിയിൽ നീറുമ്പോൾ ആലക്കാട്ടും കുറ്റൂരിലും പ്രാപ്പൊയിലിലും പത്തായപ്പുരയിൽ ജന്മിമാർ നെല്ല് പൂഴ്ത്തിവച്ച വിവരം അറിഞ്ഞു. കൊടക്കൽ കുഞ്ഞിക്കണ്ണൻ മാസ്റ്ററും സംഘവും നെല്ല്യാട്ടെ കുന്നിൻപുറത്ത് ഒത്തുകൂടി. യോഗവിവരം കാട്ടുതീപോലെ പടർന്നു. അറിഞ്ഞവരും കേട്ടവരുമായ വൻസംഘം അവിടെയെത്തി. ധാരാളം ആളുകളെ ഉൾപ്പെടുത്തി വിപ്ലവസംഘം രൂപീകരിച്ചാൽ പ്രയാ

ണത്തിന് തടസ്സമാകും. കാര്യങ്ങൾ വിലയിരുത്തി യോഗം പിരിഞ്ഞു.

വിഷുവിന്റെ വരവിളിയുമായി കണിക്കൊന്ന പൂത്തു. വേനലറുതിയിൽ കനകസൗരഭ്യം പകരുന്ന കർണികാരപ്പൂക്കളുടെ മനോഹാരിത കോറോത്തെ പടയാളികളിൽ അതിജീവനത്തിന്റെ സമരജ്വാല പകർന്നു. ജനങ്ങളുടെ ആവേശം അടുത്തറിഞ്ഞ നേതാക്കൾ പ്രധാനപ്രവർത്തകരെ വിളിച്ചുകൂട്ടി രഹസ്യമായി ഒത്തുചേർന്നു. ഈ വിഷുവിനെങ്കിലും കോറോംജനത പട്ടിണികിടക്കരുത്. അതെങ്ങനെ സാദ്ധ്യമാക്കുമെന്നായി ചിന്ത. ജന്മിമാരിൽനിന്ന് ന്യായവിലയ്ക്ക് നെല്ലുവാങ്ങി വിതരണം ചെയ്യാനുള്ള തീരുമാനം കൈക്കൊണ്ടു. നേരം പുലർന്നു. നാട് ഉണരുന്നതേയുള്ളൂ. കുഞ്ഞിക്കണ്ണൻമാസ്റ്ററുടെ നേതൃത്വത്തിൽ ഇരുപത്തഞ്ചംഗ സംഘം ആലക്കാട്ടുള്ള മാവില കുഞ്ഞമ്പുനമ്പ്യാരുടെ ഭവനത്തിലെത്തി. നെല്ലും പണവും കുമിഞ്ഞ പ്രാദേശിക ജന്മിമാരിൽ ഒരാളാണ് കുഞ്ഞമ്പുനമ്പ്യാർ. കർഷകസംഘത്തോടും പ്രവർത്തകരോടും പരമപുച്ഛം. കുഞ്ഞമ്പുനമ്പ്യാർ എഴുന്നേൽക്കുന്നതേയുള്ളൂ. കാര്യസ്ഥൻ പോയി കാര്യം ധരിപ്പിച്ചു. പടിപ്പുരയിലെ ചാരുകസേരയിൽ ഇരുന്നു. പതിവില്ലാതെ ജനക്കൂട്ടം കുഞ്ഞമ്പുനമ്പ്യാരെ അമ്പരപ്പിച്ചു. അഹങ്കാരം വെടിയാതെ നീട്ടിത്തുപ്പി. കുഞ്ഞിക്കണ്ണൻ മാസ്റ്ററോട് കാര്യം തിരക്കി. ഇക്കൊല്ലത്തെ വിഷുവിനെങ്കിലും കോറോത്തുള്ളവർക്ക് ഉണ്ണാൻ നെല്ല് തരണം. ആവശ്യമായ പണം ഞങ്ങൾ കൊണ്ടുവന്നിട്ടുണ്ടെന്ന് കുഞ്ഞിക്കണ്ണൻമാസ്റ്ററും ടി പി സി നമ്പ്യാരും പറഞ്ഞു. ഇവിടെ ഒരു മണി നെല്ലുപോലുമില്ലെന്നായിരുന്നു കുഞ്ഞമ്പുനമ്പ്യാരുടെ പ്രതികരണം. നെല്ലുണ്ടെന്നറിഞ്ഞുതന്നെയാണ് ഞങ്ങളുടെ വരവ്. സംഘർഷത്തിന് നിൽക്കാതെ സഹകരിക്കണം ഇരുവരും അഭ്യർത്ഥിച്ചു. ഒരു മണി നെല്ലുപോലും തരില്ലെന്ന നിലപാട് പലവട്ടം കുഞ്ഞമ്പുനമ്പ്യാർ ആവർത്തിച്ചു. ക്ഷമ നശിച്ച ജനക്കൂട്ടം വാതിൽപൊളിച്ച് പത്തായപ്പുരയിൽ കടന്നു. കെട്ടിവച്ച നെല്ലിൻചാക്കുകൾ തൂക്കി കൂർക്കരയിലെത്തി. സംഘാംഗമായ എ വി ചിണ്ടന്റെ നേതൃത്വത്തിൽ ഏതാനും പേർ മെഗാഫോണുമായി നാടുചുറ്റി നെല്ല് വിതരണം ചെയ്യുന്നത് വിളംബരം ചെയ്തു. വാർത്തയറിഞ്ഞവർ കൊട്ടയും വട്ടിയുമായി കൂർക്കരയിലെത്തി. ആദ്യമെത്തിയവർക്ക് രണ്ടിടങ്ങഴി വീതം നെല്ല് നൽകി. നാലുപാടുനിന്നും നെല്ലുവാങ്ങാൻ ആളെത്തിയതോടെ അളവ് ഒരിടങ്ങഴിയായി കുറയ്ക്കേണ്ടി വന്നു. കൂട്ടിയിട്ട നെന്മണികൾ നിമിഷനേരത്തിനുള്ളിൽ കാലിയായി. വട്ടിയും കുട്ടയുമായി കാത്തുനിൽക്കുന്നവരുടെ എണ്ണവും വർദ്ധിച്ചു. നെല്ലു വാങ്ങാനെത്തിയവരെയും കൂട്ടി നേതാക്കൾ വീണ്ടും ആലക്കാട്ടേക്ക് തിരിച്ചു. കുഞ്ഞമ്പുനമ്പ്യാരുടെ പത്തായപ്പുരയിൽ കയറി നെല്ലെടുത്തു. അവിടെവച്ചുതന്നെ ആവശ്യക്കാർക്ക് നൽകി. വിഷുവിന് വയറുനിറയ്ക്കാമെന്ന ആഗ്രഹത്തോടെ നെല്ലുമായി അവർ വീട്ടിലേക്ക് തിരിച്ചു. അന്നേദിവസം രാത്രി രഹസ്യയോഗം ചേർന്ന് സമരഭടന്മാർ ഭാവിപ്രവർത്തനം ആസൂത്രണം ചെയ്തു. അധികാരികൾ അടങ്ങിയിരിക്കില്ലെന്ന ബോധത്തോടെ പിരിഞ്ഞു.

കൊടക്കൽ കുഞ്ഞിക്കണ്ണൻ മാസ്റ്റർ, കെ എ ചിണ്ടപൊതുവാൾ, എ വി ചിണ്ടൻ, ടി പി സി നമ്പ്യാർ, കെ അബ്ദുൾഖാദർ, മൊടത്തറ ഗോവിന്ദൻ നമ്പ്യാർ, പി ഇ ചെറിയരാമൻ നമ്പ്യാർ, പാപ്പിനിശ്ശേരി കൃഷ്

ണൻനായർ, കൊടക്കൽ വലിയവീട്ടീൽ കൃഷ്ണൻനായർ, പനയന്തട്ട കണ്ണൻനമ്പ്യാർ, പാവൂർ കണ്ണൻ, എം പി കുമാരൻ, സി കുഞ്ഞിരാമൻ, മാരാങ്കാവിൽ കുഞ്ഞമ്പു, ആലക്കാട്ട് അമ്പു, മാക്കനാടി അമ്പു, പാപ്പിനിശ്ശേരി ചിണ്ടൻനായർ, നടുവളപ്പിൽകോരൻ, തെക്കാണ്ടത്തിൽ കണ്ണൻ, പള്ളത്ത് കേശവൻ നമ്പൂതിരി, പാപ്പിനിശ്ശേരി ചിണ്ടൻനായർ, നടവളപ്പിൽ അപ്പു, കാനാപ്പള്ളി അമ്പു, അരമനകോരൻ എന്നിവരായിരുന്നു നാടിന്റെ വിമോചനപോരാട്ടത്തിൽ കത്തുന്ന ഏടുകൾ എഴുതിച്ചേർത്ത കോറോം നെല്ലെടുപ്പ് സമരത്തിന്റെ നേതൃസാന്നിദ്ധ്യങ്ങൾ.

നെല്ലെടുപ്പിന്റെ വിജയഗാഥ അതിരുകൾ ഭേദിച്ച് പിന്നിട്ടു. സമരസജ്ജമായ മനസ്സുകളെ നിർവീര്യമാക്കാൻ ജന്മികളുടെ ചോറ്റുപട്ടാളം റോന്തുചുറ്റി. നിറതോക്കുമായി നാട്ടിലിറങ്ങിയ പട്ടാളക്കൂട്ടം പരിഭ്രാന്തി പടർത്തി. കണ്ണിൽപ്പെട്ടവരെ തല്ലിച്ചതയ്ക്കുന്ന കാടത്തം. വീടുകൾ അരിച്ചുപെറുക്കി കണ്ണിൽകണ്ടതെല്ലാം കവരുന്ന മൃഗീയത. സ്ത്രീകളെയും കുട്ടികളെയും ഉപദ്രവിക്കുന്നതും അസഭ്യം പറയുന്നതും പതിവായി. പൊലീസ് നാടുവളഞ്ഞതോടെ നേതാക്കൾ ഒളിവിൽ പോകാൻ നിർബന്ധിതരായി. കണ്ണിൽപ്പെടാതെ രക്ഷപ്പെടാനുള്ള ഉദ്യമത്തിനിടെ സമരനായകൻ കൊടക്കൽ കുഞ്ഞിക്കണ്ണൻ മാസ്റ്ററും ടി പി സി നമ്പ്യാരും പിടിയിലായി. ആലക്കാട്ടെ ജന്മിയുടെ വീട്ടിലേക്ക് ഇരുവരെയും പൊലീസ് കൊണ്ടുപോയി. വിശപ്പുമാറ്റാൻ പാടുപെട്ടവരെ പിടിച്ചുകെട്ടിയ നീതിക്കെതിരെ ജനങ്ങൾ സംഘടിച്ചു. നേതാക്കളെ വിട്ടയക്കണമെന്നാവശ്യപ്പെട്ട് ആലക്കാട്ടേക്ക് കുതിച്ചു. മങ്ങണംചാലിൽ എത്തിയപ്പോൾ നരവേട്ടയ്ക്കായി തിരിച്ച പൊലീസുകാരുമായി മുഖാമുഖം. മുദ്രാവാക്യത്തിന് കരുത്തുകൂടി. പൊലീസുകാർ പ്രകോപിതരായി. തോക്കുകൾ തീതുപ്പി. കർഷകത്തൊഴിലാളിയായ ബി പൊക്കന്റെ നെഞ്ചുതുളച്ച് വെടിയുണ്ട പാഞ്ഞു. ചുടുരക്തം ഒഴുകി. നിലവിളിയോടെ പൊക്കൻ നിലത്തുവീണു. നിരവധിപേർക്ക് പരിക്കേറ്റു. പൊലീസ് നരനായാട്ട് തുടർന്നു.

വേട്ടയാടലുകൾക്ക് തകർക്കാൻ കഴിയാത്ത വിപ്ലവവീര്യത്തോടെ നാടുണർന്നു. പുതിയ ചുവടുവയ്പുകൾക്ക് ജനം തയ്യാറായി. കോറോം നെല്ലെടുപ്പിന്റെ ജയഗാഥ അയൽപ്രദേശങ്ങളിലും ആവേശം വിതച്ചു. പ്രാപ്പൊയിലും പെരളവും നെല്ലെടുപ്പ് സമരങ്ങൾക്ക് സാക്ഷിയായി. പെരളം പുത്തൂർ മഠത്തിൽ നെല്ലെടുപ്പ് സമരത്തിന് നേതൃത്വം നൽകിയ പുന്നക്കോടൻ കുഞ്ഞമ്പു എംഎസ്പിക്കാരുടെ വെടിയേറ്റ് രക്തസാക്ഷിത്വം വരിച്ചു. ജീവൻകളയേണ്ടിവന്നാലും ചെറുത്തുനിൽപ്പ് ശക്തമാക്കാൻ സമരഭടന്മാർ തീരുമാനിച്ചു. കരിഞ്ചന്തയും പുഴ്ത്തിവയ്പും തടയുകയായിരുന്നു ലക്ഷ്യം. കമ്യൂണിസ്റ്റ് പാർട്ടി പയ്യന്നൂർ ഫർക്ക സെക്രട്ടറി കെ സി കുഞ്ഞാപ്പു മാസ്റ്ററുടെ നേതൃത്വത്തിൽ തെലങ്കാനയുടെ വിപ്ലവവീര്യവുമായി 42 പേർ ആയുധങ്ങളുമായി മുനയൻകുന്നിലെത്തി. മലബാറിലെ കർഷകസമരചരിത്രത്തിലെ രക്താധ്യായം എഴുതിച്ചേർത്തു.

മുനയൻകുന്ന്. അന്നവും അവകാശവും കവർന്ന ജന്മി-ഭരണവർഗ്ഗത്തിനെതിരെയുള്ള കർഷകമുന്നേറ്റം. പിറന്നമണ്ണിൽ ആത്മാഭിമാനത്തോടെ ജീവിക്കാൻ ഒരു തലമുറ നടത്തിയ ആത്മത്യാഗം. പുനം കൃഷിയുടെ നെല്ലു സൂക്ഷിക്കാൻ പണിത ചിറ്റാരിയിലായിരുന്നു ക്യാമ്പ്. കമ്യൂ

ണിസ്റ്റ് അനുഭാവിയായ ചെഞ്ചേരിയൻ കൃഷ്ണൻനായരുടെതായിരുന്നു ചിറ്റാരി. പുനംകൃഷിയുടെ നെല്ലുസൂക്ഷിക്കാൻ പണിതതാണ്. പരിചയക്കാരൻ എം പി കുമാരൻ കാര്യങ്ങളറിയിച്ചപ്പോൾ അദ്ദേഹം ചിറ്റാരി ഒഴിഞ്ഞു. പണിക്കാരായ തണ്ടാഴത്ത് ചിരുതയെന്ന ഉമ്പിച്ചിയെയും ഭർത്താവ് രാമനെയും അവിടെ നിർത്തി. കുന്നും കാടും നിറഞ്ഞ വിജനഭൂമിയിൽ സായുധവിപ്ലവത്തിന്റെ സാദ്ധ്യതകളുമായി അവർ നാലു ദിവസം തങ്ങി. ഏപ്രിൽ 30. സന്ധ്യയോടെ കെ സി കുഞ്ഞാപ്പുമാസ്റ്റർ, പി കണ്ണൻനായർ, പരിയാരത്ത് കൃഷ്ണൻനായർ എന്നിവർ ഭക്ഷണസാധനങ്ങൾ ശേഖരിക്കാൻ എളേരി ഭാഗത്തേക്ക് പോയി. കരിവെള്ളൂർ സമരത്തിൽ പങ്കെടുത്ത പരിയാരത്ത് കൃഷ്ണൻനായർ ചിറ്റാരിക്കൽ പട്ടേലരുടെ കാര്യസ്ഥനായി കഴിഞ്ഞ സ്ഥലമാണ്. പരിചയമുള്ള പ്രദേശമായതിനാലാണ് അങ്ങോട്ട് പോയത്. തിരിച്ചെത്തുമ്പോൾ ഏറെ വൈകി. വന്നയുടനെ യോഗം ചേർന്നു. കുഞ്ഞാപ്പു മാസ്റ്റർ ഭാവി പദ്ധതി വിശദീകരിച്ചു. അതിരുകൾ ഭേദിച്ച് മുന്നേറാനായിരുന്നു ആഹ്വാനം. കുടകിലെത്തി പൊലീസ് സ്റ്റേഷൻ ആക്രമിക്കണം. ആയുധങ്ങൾ സ്വരൂപിക്കണം. സമ്പന്നരുടെ ഭൂമിയും വസ്തുവകകളും പിടിച്ചെടുത്ത് പട്ടിണിക്കാർക്ക് നൽകണം. പുതിയ സൂര്യോദയത്തിന് സഹനത്തിന്റെ പുതുവഴി വെട്ടിമുന്നേറാനുള്ള നിശ്ചയദാർഢ്യത്തോടെ അവർ ഉറങ്ങി.

1948 മെയ്ദിന പുലരി. നിറതോക്കുകളുമായി എംഎസ്പിക്കാർ മുനയൻകുന്ന് വളഞ്ഞു. ഇടതടവില്ലാതെ നിറയൊഴിച്ചു. വെടിപ്പുക പരന്നു. ചോരച്ചാൽ ഒഴുകി. കെ സി കുഞ്ഞാപ്പുമാസ്റ്റർ, പനയന്തട്ട കണ്ണൻ നമ്പ്യാർ, കെ എ ചിണ്ടപൊതുവാൾ, പാപ്പിനിശ്ശേരി കേളുനായർ, കുന്നുമ്മൽ കുഞ്ഞിരാമൻ, മൊടത്തറ ഗോവിന്ദൻ എന്നിവർ രക്തസാക്ഷികളായി. 16 പേരെ പിടിച്ച് കുടിലിന് മുന്നിൽ കെട്ടിയിട്ടു. വൈകിട്ട് മൂന്നോടെ പെരിങ്ങോത്തുനിന്ന് പൊലീസ് എത്തി. ആറു പോരാളികളുടെയും മൃതദേഹം ചാക്കിൽ പൊതിഞ്ഞുകെട്ടി. പാടിച്ചാലിലെ പാറപ്പുറത്ത് ഒരു കുഴിയിൽ കുഴിച്ചുമൂടി. വെടിയേറ്റ ഇ വി കുഞ്ഞിക്കണ്ണൻ നമ്പ്യാർ, പാപ്പിനിശ്ശേരി കൃഷ്ണൻ നായർ, പാവൂർ കണ്ണൻ, കെ വി കുട്ടി, സി പി നാരായണൻ, പി കണ്ണൻനായർ, എ വി ചിണ്ടൻ, പനയന്തട്ട നാരായണൻ നമ്പ്യാർ, കുന്നുമ്മൽ കണ്ണൻ, മാവില കൃഷ്ണൻനായർ, വത്തക്കേൻ കണ്ണൻ, പള്ളത്ത് കേശവൻ നമ്പൂതിരി, കാനപ്രവൻ അബ്ദുൾ ഖാദർ, ഒറ്റേൻ ചിരുകണ്ഠൻ എന്നിവർ ജന്മിത്തത്തിന്റെ കോട്ടകൾ ഇളകി. കൃഷിഭൂമി കൃഷിക്കാരന്റേതായി. കമ്യൂണിസ്റ്റ് ചരിത്രത്തിലെ ചുവന്ന നക്ഷത്രമായി കോറോം തിളങ്ങി. കൊടുങ്കാറ്റിലും തകരാത്ത ചെങ്കോട്ടയായി ചരിത്രത്തോടൊപ്പം ഇന്നും ചുവടുവയ്ക്കുന്നു.. പാവൂർ കണ്ണന്റെയും കെ വി കുട്ടിയുടെയും കാൽ പിന്നീട് മുറിച്ചുമാറ്റി. അബ്ദുൾ ഖാദർ കണ്ണൂർ സെൻട്രൽ ജയിലിൽ ഭീകര മർദ്ദനത്തെതുടർന്ന് മരിച്ചു. കോറോം നെല്ലെടുപ്പ് സമരം തുറന്നുവിട്ട വിപ്ലവാഗ്നി പടർന്നു. ജന്മിത്തത്തിന്റെ കോട്ടകൾ ഒന്നൊന്നായി ഇളകി. മലബാറിൽ കർഷകസമരങ്ങൾ ആളിക്കത്തി. ജന്മിത്തത്തെ അടിച്ചുടച്ച കർഷകപോരാട്ടങ്ങൾക്ക് വഴിതുറന്ന കോറോം കമ്യൂണിസ്റ്റ് ചരിത്രത്തിലെ ചുവന്ന നക്ഷത്രമായി, ചെങ്കോട്ടയായി ചരിത്രത്തോടൊപ്പം ചുവടുവയ്ക്കുന്നു.

പുല്ലേരി വാദ്ധ്യാരില്ലം

കോലത്തുനാട്ടിലെ ഏലംകുളംമന. പുല്ലേരി വാദ്ധ്യാരില്ലത്തെ അങ്ങനെ വിളിക്കാം. ഇ എം എസ് എന്ന ത്രയാക്ഷരിയെ ഏലംകുളം മന ലോകത്തിന് സമർപ്പിച്ചു. കോറോം പുല്ലേരി വാദ്ധ്യാരില്ലം ഒളിവിലും തെളിവിലും കഴിഞ്ഞ കമ്യൂണിസ്റ്റ് നേതാക്കൾക്ക് അഭയകേന്ദ്രമായി. എ കെ ജിക്ക് വീട്ടിലെത്തിയാലുള്ള പ്രതീതിയായിരുന്നു ഇല്ലത്തെത്തിയാൽ എ വി കുഞ്ഞമ്പുവിനാകട്ടെ റെഡ്ഹൗസും. സി എച്ച് കണാരൻ, ഇ കെ നായനാർ, സുബ്രഹ്മണ്യഷേണായി, കെ എ കേരളീയൻ, കെ പി ആർ ഗോപാലൻ, കെ പി ഗോപാലൻ തുടങ്ങി പുല്ലേരി ഇല്ലത്ത് ഒളിവിൽക്കഴിഞ്ഞ നേതാക്കളെല്ലാം ജീവിതാന്ത്യംവരെ ആത്മബന്ധം സൂക്ഷിച്ചു. നാല്പതുകളിലെ അഗ്നിപരീക്ഷണങ്ങളെ അതിജീവിക്കാൻ കമ്യൂണിസ്റ്റ് പാർടിക്കും നേതാക്കൾക്കും സുരക്ഷിത താവളമായി മാറിയ ഇല്ലത്തിന്റെ മേൽവിലാസം കമ്യൂണിസ്റ്റ് ചരിത്രത്തിൽ എഫ് 7, വിദ്യാർഥി എന്നായിരുന്നു. ചരിത്രത്തെ ചുവപ്പിച്ച സഹനങ്ങളുടെ ചുമടുകൾ നിറഞ്ഞ ഹൃദയത്തോടെ ഏറ്റുവാങ്ങി കമ്യൂണിസ്റ്റുകാർക്കെല്ലാം ചുവന്നവീടായി പുലേരി വാദ്ധ്യാരില്ലം. കമ്യൂണിസ്റ്റുകാർ എന്നുകേൾക്കുന്നതുതന്നെ അറപ്പും വെറുപ്പുമായിരുന്ന കാലത്ത് കാവലാളായി കരുത്തുപകർന്ന അനേകം കഥകളുടെ അക്ഷയഖനിയാണ് പുല്ലേരി വാദ്ധ്യാരില്ലം.

കോലത്തിരി രാജാവായ ഉദയവർമ്മൻ ഗോകർണ്ണത്തുനിന്നും കൊണ്ടുവന്ന 237 ബ്രാഹ്മണകുടുംബങ്ങളിൽപ്പെട്ടവരാണ് പുല്ലേരി വാദ്ധ്യാരില്ലക്കാർ. കോലത്തിരികളിൽ പ്രഗത്ഭനായ ഉദയവർമ്മനും പെരുഞ്ചല്ലൂരും തമ്മിൽ നിലനിന്ന അഭിപ്രായഭിന്നതയെ തുടർന്നാണ് തുളുനാടൻ ബ്രാഹ്മണരെ കോലത്തുനാട്ടിൽ കുടിയിരുത്തിയത്. ഭാർഗ്ഗവക്ഷേത്രത്തിൽ ഏറെ പ്രസിദ്ധമാണ് പെരിഞ്ചല്ലൂർ. ബ്രാഹ്മണ്യത്തിൽ പരശു

രാമൻ രാജാവകാശം കല്പിച്ചുകൊടുത്ത ആറു ഗ്രാമങ്ങളിലൊന്ന്. രാജാധികാരവും പൗരോഹിത്യത്തിന്റെയും അവകാശ-അധികാരത്തർക്കങ്ങളും ഇതോടെ തുടങ്ങി. പൗരോഹിത്യത്തിന്റെ എല്ലാ അവകാശങ്ങളും പെരിഞ്ചല്ലൂർകാർക്ക് നൽകാൻ ഉദയവർമ്മൻ കോലത്തിരി വൈമനസ്യം കാട്ടി. അവകാശത്തർക്കം രൂക്ഷമായതോടെ കോലയാൻ സമുദായക്കാരായ കോലത്തിരിമാരെ ക്ഷത്രിയരാക്കുന്ന ഹിരണ്യഗർഭം നടത്താൻ കഴിയില്ലെന്ന നിലപാടിലായി പെരിഞ്ചല്ലൂരുകാർ. പെരിഞ്ചല്ലൂർകാരെ പാഠം പഠിപ്പിക്കുകയെന്ന ലക്ഷ്യത്തോടെ ഉദയവർമ്മൻ ഗോകർണ്ണത്തോട് ഒട്ടിനില്ക്കുന്ന ഗുണവന്ത, വിളക്കൂർ, ഇഡുഗുഞ്ച ഗ്രാമങ്ങളിൽ പോയി ഭൂമിയും അധികാരങ്ങളും വാഗ്ദാനം ചെയ്ത് ബ്രാഹ്മണരെ കൊണ്ടുവന്നു. വരരുചിമംഗലം, ചെറുതാഴം, അറത്തിൽ, കുളപ്പുറം, കുന്നരു എന്നീ അഞ്ചുദേശങ്ങളിൽ അധിവസിപ്പിച്ചു. ഭൂമിയും അധികാരവും അംഗീകാരവും നൽകി ദേശാധികാരികളായി വാഴിച്ചു.

കോറോം, പള്ളിത്ര പ്രദേശങ്ങളാണ് വരരുചിമംഗലം. ഇവിടുത്തെ ദേശവാഴികളായി പുല്ലേരി വാദ്ധ്യാരില്ലക്കാർ അവരോധിക്കപ്പെട്ടു. വരരുചിമംഗലം മഹാവിഷ്ണു ക്ഷേത്രത്തിലെ ഉടമസ്ഥാവകാശവും നൽകി. ഇതോടെ പ്രദേശത്തെ താന്ത്രിക-പൗരോഹിത്യവൃത്തി പുല്ലേരി വാദ്ധ്യാരില്ലക്കാരുടെ അവകാശമായി. കോലത്തിരിയുടെ പക്ഷത്തുനിന്ന് എഴുതപ്പെട്ട *ജംബുദ്വീപോൽപത്തി*യുടെ കൈയെഴുത്തുപ്രതി കണ്ടെടുക്കപ്പെട്ടത് ഇല്ലത്തുനിന്നാണ്. കോലത്തിരി രാജാക്കന്മാരുമായി പുല്ലേരി വാദ്ധ്യാരില്ലക്കാർക്കുണ്ടായ ബന്ധം ഇതിലൂടെ വ്യക്തം. ദേശവാഴികളായിരുന്നിട്ടും ആഭിജാത്യമോ ആഢ്യത്വമോ പുല്ലേരി വാദ്ധ്യാരില്ലക്കാർ പ്രകടമാക്കിയില്ല. ആശ്രിതരെയും കുടികിടപ്പുകാരെയും മനുഷ്യരായി പരിഗണിച്ചു. ഇല്ലത്തെത്തുന്നവരെ ഊട്ടാനും പരിചരിക്കാനും മടികാട്ടിയില്ല. ഇല്ലത്തിന്റെ ഉദാരതയും വിശാലമനസ്സും അനുഭവിച്ചറിഞ്ഞവർ ആ നന്മയെ പ്രകീർത്തിച്ചു.

ദേശീയസ്വാതന്ത്ര്യപ്രസ്ഥാനത്തിന്റെ സക്രിയ ഇടങ്ങളിലൊന്നായി പയ്യന്നൂർ മാറി. 1925 ൽ കണ്ണൂരിൽ നടന്ന വടക്കെ മലബാർ രാഷ്ട്രീയ സമ്മേളനത്തോടെ ചിറയ്ക്കൽ താലൂക്കിൽ കോൺഗ്രസ് പ്രവർത്തനം വേരുപിടിച്ചു. പയ്യന്നൂരിലെ പ്രവർത്തനങ്ങളുടെ ചുക്കാൻ സി എച്ച് ഗോവിന്ദൻനമ്പ്യാർക്കായിരുന്നു. ബ്രിട്ടീഷ് സർക്കാർ ഉദ്യോഗം വലിച്ചെറിഞ്ഞ് സ്വാതന്ത്ര്യസമരഭൂമികയിലേക്ക് ചുവടുവച്ച അദ്ദേഹം ജനതയുടെ ഇഷ്ടനേതാവായി. പയ്യന്നൂർതനിമയുടെ മുഖമുദ്രയായി മാറിയ ഖാദി പ്രസ്ഥാനത്തിന് അടിത്തറപാകി. അയിത്തോച്ചാടനപ്രസ്ഥാനത്തിന് തുടക്കമിട്ടു. പുല്ലേരി ഇല്ലത്തെ ഗൃഹനാഥൻ നാരായണൻ വാദ്ധ്യാർ നമ്പൂതിരി സി എച്ചിലൂടെ ദേശീയ പ്രസ്ഥാനത്തിൽ ആകൃഷ്ടനായി. സി എച്ച് ഇല്ലത്തെ നിത്യസന്ദർശകനായതോടെ കറയില്ലാത്ത ദേശീയബോധം ഇല്ലത്തുള്ളവരിലും അങ്കുരിച്ചു. ദേശീയ പ്രസ്ഥാനത്തിന്റെ ചലനങ്ങളും പ്രവർത്തനങ്ങളും അടുത്തറിഞ്ഞ നാരായണൻ

നമ്പൂതിരി അതിനാവശ്യമായ സഹായം ചെയ്യാൻ മടികാട്ടിയില്ല. 1923ൽ ഭഗത്സിങ്ങിന്റെ മരണവാർത്തയറിഞ്ഞ് വിങ്ങിപ്പൊട്ടിയ നാരായണൻ വാദ്ധ്യാർ നമ്പൂതിരി ഭക്ഷണം കഴിക്കാതെ ഒരുദിവസം ദുഃഖിതനായി കഴിഞ്ഞു. ഭർത്താവിന്റെ അർപ്പിതമായ ദേശസ്നേഹം ഭാര്യ ദേവകി അന്തർജനത്തിലും മാറ്റം വരുത്തി.

ബ്രാഹ്മണശ്രേഷ്ഠരിൽ പരിഷ്കാരിയും ഉല്പതിഷ്ണുവുമായിരുന്നു നാരായണൻ വാധ്യാർ നമ്പൂതിരി. പുല്ലേരി വാദ്ധ്യാരില്ലത്തെ മൂത്തനമ്പൂതിരിക്ക് ആൺ സന്താനം പിറന്നില്ല. തറവാട് അന്യംനിൽക്കുമെന്ന ആശങ്കയുണ്ടായി. സംബന്ധക്കാരനായ അനുജനെക്കൊണ്ട് വേളികഴിപ്പിച്ചു. അതിലുണ്ടായ കുട്ടിയാണ് നാരായണൻ വാധ്യാർ നമ്പൂതിരി. വസ്ത്രധാരണത്തിൽപ്പോലും പരിഷ്കാരവും പ്രകടിപ്പിച്ച ഇദ്ദേഹം തലപ്പാവും കോട്ടും അണിയുമായിരുന്നു. കോട്ടും തലപ്പാവും ധരിക്കുന്നവർ മലബാറിൽ അക്കാലത്ത് വിരളമാണ്. മലബാർ പ്രവിശ്യയുടെ തലസ്ഥാനവും മദ്രാസും രണ്ടുമാസത്തിൽ ഒരിക്കൽ സന്ദർശിക്കും. ദിവസങ്ങളോളം ചെലവഴിച്ച് വിപണിയിൽ കാണുന്ന പുതുമയുള്ള വീട്ടുപകരണങ്ങളും ആഡംബരസാധനങ്ങളും വാങ്ങും. ഇല്ലത്തിന്റെ അന്തസ്സും പ്രൗഢിയും ഉയർത്തുന്നതിലും ശ്രദ്ധാലുവായി. പുല്ലുമേഞ്ഞ ഇല്ലം പൊളിച്ചു. ജ്യോതിശാസ്ത്ര വിദഗ്ദ്ധരായ കാണിപ്പയ്യൂർ കുടുംബത്തിൽപ്പെട്ട വിദഗ്ദ്ധന്റെ വാസ്തുവിധി പ്രകാരം ഇല്ലം പുതുക്കിപ്പണിതു. മലബാറിൽ കാണിപ്പയ്യൂർ കുടുംബാംഗത്തിന്റെ കണക്കിൽ പണിത അക്കാലത്തെ ഏക ഇല്ലം ഈ വാദ്ധ്യാരില്ലമായിരിക്കാം. നാലുവശത്തേക്ക് ഏണിപ്പടിയും തലയുർത്തി കടക്കാവുന്ന കട്ടിളകളും കാറ്റുംവെളിച്ചവും കടക്കുന്ന മുറികളോടുംകൂടി 05-06-31 നാണ് പുതുക്കിപ്പണിത ഇല്ലത്ത് ഗൃഹപ്രവേശനം നടന്നത്. മലബാർ ബോർഡ് ഇലക്ഷനിൽ മത്സരിച്ചും പെരുമകാട്ടി. 1925ൽ ദേവിസഹായം എലിമെന്ററി സ്കൂൾ സ്ഥാപിച്ചു. സവർണ്ണ-അവർണ്ണ ഭേദമില്ലാതെ നാട്ടിലെ കുട്ടികൾക്കെല്ലാം പഠനാന്തരീക്ഷം ഒരുക്കുകയായിരുന്നു ലക്ഷ്യം. പയ്യന്നൂരിലെ ദേശീയപ്രസ്ഥാനത്തിന് വെളിച്ചം പകർന്ന നിരവധിപേർ അക്കാലത്ത് ഇല്ലത്തെത്താൻ തുടങ്ങി. ജീവിതത്തിലുടനീളം പുരോഗമനവീക്ഷണം ഉയർത്തിപ്പിടിച്ച ഇദ്ദേഹം അക്കാലത്തെ സാമുദായിക വ്യവസ്ഥയ്ക്കെതിരെ പടനയിച്ചു. ഒരിക്കൽ ഇല്ലത്ത് ചോറൂണ് നടക്കുമ്പോൾ മാന്യസ്ഥാനത്ത് ഇരുത്തിയ നാലുദേശക്കാരനെ മാറ്റിയിരുത്താൻ അഞ്ചുദേശക്കാരായവർ ശഠിച്ചു. എഴുന്നേല്പിച്ചില്ലെങ്കിൽ ചടങ്ങ് ബഹിഷ്കരിക്കുമെന്നായി. ഞാൻ ആരെയും ഇരുത്തിയിട്ടുമില്ല, എഴുന്നേല്പിക്കുകയുമില്ല-നാരായണൻ വാധ്യാർ തുറന്നടിച്ചു. അഞ്ചുദേശക്കാർ പിണങ്ങിപ്പോയി. ബന്ധുക്കളാകെ പരിഭവിച്ചു. യാതൊന്നും പ്രകടിപ്പിക്കാതെ നാരായണൻ വാധ്യാർ നമ്പൂതിരി ചടങ്ങ് നടത്തി. 1934ൽ പയ്യന്നൂരിൽ വന്ന മഹാത്മാഗാന്ധിയെ കാണാൻ പോയി. ദേശീയപ്രസ്ഥാനത്തെ ഉള്ളതെല്ലാം നൽകി സഹായിക്കണമെന്നായിരുന്നു മഹാത്മാവിന്റെ

ആഹ്വാനം. വിരലിൽ അണിഞ്ഞ മോതിരമായിരുന്നു സംഭാവനയായി നൽകിയത്.

മുഹമ്മദ് അബ്ദുൾ റഹ്മാൻ സാഹിബ്, മൊയാരത്ത് ശങ്കരൻ, സ്വാമി ആനന്ദതീർത്ഥൻ, ടി എസ് തിരുമുമ്പ് തുടങ്ങിയവരെല്ലാം പുല്ലേരി ഇല്ലത്ത് എത്തിയിരുന്നു. ഇതോടെ ദേശീയപ്രസ്ഥാനത്തിന്റെ അരുണവർണ്ണങ്ങൾ പുല്ലേരി ഇല്ലത്തും പടർന്നു. യാഥാസ്ഥിതിക-പൗരോഹിത്യ ജീവിതത്തിനപ്പുറം സമത്വത്തിന്റെ വിശാലത അവിടുത്തെ പടികളിൽ എഴുതിച്ചേർത്തു. ജാതിയോ മതമോ വലിപ്പച്ചെറുപ്പങ്ങളോ ഇല്ലാതെ പടിപ്പുരയിലെത്തുന്നവർക്ക് അന്നവും അഭയവും നൽകി.

വെല്ലൂർ ജയിൽചാടി പനിപിടിച്ച് അവശനിലയിലായിരുന്നു എകെജി എത്തിയത്, ഭക്ഷണം മാത്രമല്ല, ശുശ്രൂഷയും യഥാവിധി നൽകി. കെ എ കേരളീയൻ, കെ പി ആർ ഗോപാലൻ, കെ പി ഗോപാലൻ, സി എച്ച് കണാരൻ, ഇ കെ നായനാർ, എ വി കുഞ്ഞമ്പു, സുബ്രഹ്മണ്യ ഷേണായി, പി കണ്ണൻനായർ, വി വി കുഞ്ഞമ്പു തുടങ്ങി ആദ്യകാല നേതാക്കളുടെ സുരക്ഷിതമായ ഇടം പുല്ലേരി ഇല്ലം തന്നെയായിരുന്നു. അടിയന്തരാവസ്ഥയുടെ കാളരാത്രികളിൽ പയ്യന്നൂരിലെയും പരിസരങ്ങളിലെയും കമ്യൂണിസ്റ്റ് പാർട്ടി പ്രവർത്തകർക്ക് അഭയംനൽകുന്നതിലും ഇല്ലം മാതൃകയായി.

36 ാം വയസ്സിൽ നാരായണൻ വാദ്ധ്യാർ നമ്പൂതിരി മരണപ്പെട്ടു. സാർത്ഥകമായ ജീവിതംകൊണ്ട് ചരിത്രത്തിന്റെ ഭാഗമായി. തുടർന്ന് ഗൃഹഭരണം ഏറ്റെടുത്ത ദേവകി അന്തർജനം ആ പാതയിൽ കാലിടറാതെ ജീവിച്ചു. ഭയമോ മടിയോ കൂടാതെ പ്രവർത്തനം അഭംഗുരം തുടർന്നു. വേട്ടയാടലുകളിൽനിന്നും പൊലീസ് മർദ്ദനത്തിൽനിന്നും മോചനം നേടാൻ കമ്യൂണിസ്റ്റ് നേതാക്കൾക്ക് ഒരു പരിധിവരെ കഴിഞ്ഞത് ഇല്ലത്തുള്ളവരുടെ കരുണ കൊണ്ടുമാത്രമാണ്. ഒറ്റുകാരും പൊലീസും ഇല്ലത്തെത്തിയെങ്കിലും ഒളിവിൽക്കഴിഞ്ഞ നേതാക്കളെ പോറൽ ഏൽക്കാതെ ഈ ഇല്ലം സംരക്ഷിച്ചു. ഇല്ലത്തെ ആരും മറിച്ചൊന്നും ആഗ്രഹിച്ചിട്ടില്ല. ആ ആത്മബന്ധത്തിന്റെ തുടർച്ചയാണ് സി പി ഐ എമ്മിന്റെ നേതാക്കൾ ഇന്നും ഇല്ലത്തെത്തുന്നതിനുപിന്നിൽ. പഴയതലമുറയുടെ ത്യാഗസുരഭില ജീവിതത്തിന് കരുത്തും കൈത്താങ്ങും പകർന്ന ആ ധീരന്മാരുടെ സ്മരണകൾ അയവിറക്കി പുതിയകാലത്തെ പോരാട്ടത്തിന് കരുത്തേകുന്നു.

ജാതി കളഞ്ഞ ചെക്കിപ്പഴം

ബ്രാഹ്മണ്യത്തിന്റെ പൂണൂലിൽ ബന്ധിതമാകാത്ത മനസ്സായിരുന്നു കോറോം പുല്ലേരി ഇല്ലത്തെ ചരിത്രപ്രസിദ്ധമാക്കിയത്. തൊടീലും തീണ്ടലും നാട്ടുനടപ്പായകാലത്ത് നാലുകെട്ടുകളുടെ വാതായനങ്ങൾ കൊട്ടിയടയ്ക്കപ്പെട്ടപ്പോൾ സാമൂഹ്യമാറ്റത്തിന്റെ പുതുവെളിച്ചത്തെ വരവേൽക്കാൻ മനസ്സിന്റെ വാതായനം പുല്ലേരി വാദ്ധ്യാരില്ലക്കാർ തുറന്നിട്ടു. അയിത്തമടക്കമുള്ള അനാചാരങ്ങൾ കൊടുമ്പിരികൊള്ളുന്ന കാലത്താണ് വേറിട്ട വഴിയിലൂടെ ഇവർ സഞ്ചരിച്ചത്. അയിത്തത്തിനെതിരെ അതിശക്തമായ പ്രക്ഷോഭം അരങ്ങേറിയ ഇടമാണ് പയ്യന്നൂർ. ദേശീയപ്രസ്ഥാനത്തിന്റെ പയ്യന്നൂരിലെ പ്രധാന പ്രവർത്തനങ്ങളിലൊന്ന് അയിത്തോച്ചാടനമായിരുന്നു. പൊതുനിരത്തിലുടെ ഹരിജനങ്ങൾക്ക് നടക്കാനുള്ള സ്വാതന്ത്ര്യം നിഷേധിച്ച ചരിത്രം പയ്യന്നൂരിന്റെ ഇന്നലെകളിൽ വായിച്ചെടുക്കാം. എ കെ ജിക്കും കേരളീയനും നടുറോഡിൽ ജാതിക്കോമരങ്ങളുടെ മർദ്ദനമേറ്റതും അയിത്തത്തിനെതിരെ പ്രതികരിച്ചതിനായിരുന്നു. കണ്ടോത്തെ ക്ഷേത്രനിരത്തിലൂടെ അധഃകൃത വിഭാഗത്തിൽപ്പെട്ടവരെയും കൂട്ടി ജാഥ നടത്തിയപ്പോൾ സവർണ്ണജാതിക്കാർ കുറുവടിയുമായി ആക്രമിച്ചു. കടുത്ത മർദ്ദനത്തിനിരയായ ഇരുവരും ബോധരഹിതരായി. മജിസ്ട്രേറ്റ് മരണമൊഴിപോലും രേഖപ്പെടുത്തി. വാർത്തയറിഞ്ഞ് തലശേരിക്കാരനായ ആനന്ദഷേണായി പയ്യന്നൂരിലെത്തി. പിന്നീട് നാരായണഗുരു സ്വാമി ആനന്ദതീർത്ഥനായി അവരോധിച്ച അദ്ദേഹത്തിന്റെ നേതൃത്വത്തിൽ അയിത്തോച്ചാടനസമരങ്ങളുടെ വേലിയേറ്റത്തിനും ഈ മണ്ണ് സാക്ഷ്യം വഹിച്ചു. നരന് നരനശുദ്ധവസ്തുവായി കരുതിയകാലത്ത് സമത്വത്തിന്റെ തുരുത്തുകളിലൊന്നായി പുല്ലേരി വാദ്ധ്യാരില്ലം നിലകൊണ്ടു. അധഃസ്ഥിതനായ കമ്യൂണിസ്റ്റ് പോരാളി എ വി ചിണ്ടനെ അകത്തുവിളിച്ചിരുത്തി ചോറ് വിളിമ്പിക്കൊടുക്കാറു

ള്ളത് പുല്ലേരി വാദ്ധ്യരില്ലത്തെ ഹൃദയവിശാലതയുടെ മറ്റൊരുമുഖം. കേരളത്തിന്റെ വീരപുത്രൻ മുഹമ്മദ് അബ്ദുറഹ്മാൻ സാഹിബിനെ സ്വീകരിച്ച് പൂമുഖത്തിരുത്തിയതും ജാതി-മത മേധാവിത്വത്തിന്റെ നിരർത്ഥകത ബോധ്യമാക്കുന്നതായി.

സ്വാതന്ത്ര്യസമരപ്രസ്ഥാനത്തിന്റെ ഫണ്ട് ശേഖരണത്തിനാണ് ഒരിക്കൽ അബ്ദുറഹ്മാൻ സാഹിബ് ഇല്ലത്തെത്തിയത്. വ്യവസായ പ്രമുഖനും കോൺഗ്രസ് നേതാവുമായ സാമുവൽ ആറോണിന്റെ ഭാര്യ ഗ്രേസി ആറോൺ തുടങ്ങിയവരും കൂടെയുണ്ടായി. മഹാത്മാഗാന്ധിയുടെ നേതൃത്വത്തിൽ നടന്ന നിയമലംഘന സമരത്തിന്റെ മലബാറിലെ സജീവ സംഘാടകയായിരുന്നു ഗ്രേസി ആറോൺ. 1930ൽ പയ്യന്നൂരിൽ നടന്ന ഉപ്പുസത്യാഗ്രഹ വളണ്ടിയർമാർക്ക് താമസസൗകര്യം ഒരുക്കിയതിന്റെപേരിൽ രണ്ടുമാസത്തെ തടവുശിക്ഷ അനുഭവിച്ച ഇവർ മലബാറിലെ ആദ്യത്തെ മഹിളാസമാജത്തിനും രൂപംനൽകി. വിശ്രമശേഷം ഇരുവരും ഇല്ലപ്പറമ്പിലേക്ക് ഇറങ്ങി. വള്ളിപ്പടർപ്പാലും മരങ്ങളാലും നിബിഡമായ പറമ്പിന്റെ വശ്യസൗന്ദര്യം അദ്ദേഹം നുകർന്നു. വേലിപ്പടർപ്പിൽ ചുവപ്പുചാർത്തി ചെക്കിപ്പഴം വിളഞ്ഞുനിൽക്കുന്നു. കൗതുകം തോന്നിയ അബ്ദുറഹ്മാൻ സാഹിബ് ചെക്കിപ്പഴം ശേഖരിച്ച് ജൂബയുടെ പോക്കറ്റിൽ നിറച്ചു. വെളുത്ത ജൂബയും കുർത്തയും തൊപ്പിയുമായിരുന്നു അദ്ദേഹത്തിന്റെ വേഷം. ദീർഘകായനും സുമുഖനുമായ ഒരു മനുഷ്യനും കൂടെയുള്ളവരും ചെക്കിപ്പഴം പറിക്കുന്ന കാഴ്ച കാണാൻ ഇല്ലത്തുള്ളവരും അയൽപക്കക്കാരുമൊക്കെയെത്തി. ഉപനയനം കഴിഞ്ഞ് ബ്രഹ്മചര്യം അനുഷ്ഠിക്കുക്കുകയായിരുന്നു അന്ന് ഉണ്ണികൃഷ്ണൻ നമ്പൂതിരി. അദ്ദേഹവും ആ കൂട്ടത്തിലുണ്ടായി. ബ്രഹ്മചര്യമായതിനാൽ തലമുണ്ഡനം ചെയ്ത് കൃഷ്ണാജിനം തോൽ പൂണൂൽപോലെ ശരീരത്തിൽ ധരിച്ചിരുന്നു. കൗപീനധാരിയായ എട്ടുവയസ്സുകാരനെ കണ്ടപ്പോൾ പോക്കറ്റിൽനിന്നും കൈനിറയെ ചെക്കിപ്പഴം നൽകി.

മാന്യൻ മഹിമാൻ, മുഹമ്മദ് അബ്ദുറഹ്മാൻ
കേരള മുസ്ലീങ്ങളിൽ കേളികേട്ടതായ റഹിമാൻ...
മാന്യൻ മഹിമാൻ മുഹമ്മദ് അബ്ദുറഹ്മാൻ
കണ്ണൂർ ജയിലിലാദ്യം കാലുവെച്ചതീ റഹിമാൻ

"പാട്ടിലൂടെയും മുദ്രാവാക്യങ്ങളിലൂടെയും അബ്ദുറഹ്മാൻ സാഹിബിന്റെ മഹത്വമറിഞ്ഞ് സന്തോഷത്തോടെ ചെക്കിപ്പഴം കൈനീട്ടി വാങ്ങി. ബ്രഹ്മചര്യവ്രതനിഷ്ഠകളിൽ കഴിയുകയായിരുന്നതിനാൽ അന്യമതസ്ഥനിൽനിന്ന് ചെക്കിപ്പഴം സ്വീകരിച്ചതിൽ അവിടെയുണ്ടായ ചില തികഞ്ഞ യാഥാസ്ഥിതികരിൽ എതിർപ്പുളവാക്കി. നിന്റെ ജാതി പോയടാ.....ശപ്പാ... എന്നൊക്കെ ആളുകൾ പരിഹസിച്ചു. ഹൃദയം മുറിഞ്ഞ കരഞ്ഞുകൊണ്ട് ഇല്ലത്തേക്ക് ഓടി. അച്ഛൻ നാരായണൻ വാദ്ധ്യാർ നമ്പൂതിരിയുടെ അടുത്തെത്തി കാര്യങ്ങൾ പറഞ്ഞു. അതുകൊണ്ടൊന്നും നിന്റെ ജാതി പോവൂലടാ......നീയൊന്നും പേടിക്കേണ്ട ഞാൻ ഇവി

ടെയല്ല്യേ... എന്നൊക്കെ സമാധാനിപ്പിച്ചു. ജാതിബോധം തിരുത്തിയെഴുതാൻ ഈ സംഭവം ഇടയാക്കി. പീന്നിടങ്ങോട്ടുള്ള പ്രയാണത്തിൽ മതത്തിന്റെയോ ജാതിയുടെയോ വേലിക്കെട്ടുകളില്ലാതെ സമൂഹമായി ചേർന്നു നിൽക്കാനുള്ള വിശാലബോധത്തിന് അടിത്തറയൊരുക്കാൻ ഈ സംഭവവും കാരണമായി. ജാതിചിന്തയുടെ കറ കഴുകിക്കളഞ്ഞ മുഹമ്മദ് അബ്ദുറഹ്മാൻ സാഹിബിനെ ഓർക്കുമ്പോൾ ഇന്നും വികാരാധീനനായിപ്പോകും. സ്വാതന്ത്ര്യബോധത്തിൽ ആവേശകരമായ ആ കാലത്തിലൂടെയാണിപ്പോൾ മനസ്സിന്റെ സഞ്ചാരം.

വൈസ്രോയി വന്നുനിന്നു വലിയ തോക്കുവെക്കുകിൽ
വൈമനസ്യമറ്റതിന്റെ വായിൻമുമ്പിൽ വീഴണം
ജഡഭയം ചരിക്ക നാം ഗരുഡതുല്യ വേഗരായ്
സഹഗമിക്കൂ സഹഗമിക്കൂ സഹഗമിക്കൂ ധീരരെ...
വരിക വരിക സഹജരെ സഹന സമരസമയമായ്
കരളുറച്ചു കൈകൾ കോർത്തു കാൽനടയ്ക്കു പോക നാം.....
ഗാന്ധി ദേവ നാമമേ ഗാനമന്ത്രമിന്നുമേ

പരമവന്ദ്യ പുരുഷരത്ന വിമലചരിത ശുദ്ധിമാൻ.... മഹാത്മാഗാന്ധി പയ്യന്നൂരിലെത്തിയിട്ടും കാണാൻ പറ്റാത്തതിന്റെ വിഷമം ഇന്നും പോയിട്ടില്ല. 1931 ലാണ് ഗാന്ധി പയ്യന്നൂരിൽ വന്നത്. ബ്രഹ്മചാരിയായി കഴിയുമ്പോഴാണിത്. ഗാന്ധിയെ കാണാൻ അച്ഛന്റെ കൂടെ പോകാൻ ശാഠ്യം പിടിച്ചു. അമ്മാവൻമാരും വേദാധ്യാപകനും സമ്മതിച്ചില്ല. അതിനാൽ ആ ഭാഗ്യം ഇല്ലാതായി. ഗാന്ധിജിയെക്കുറിച്ചുള്ള ഓർമ്മച്ചിത്രങ്ങൾ.

സമരാവേശത്തെ പ്രോജ്വലമാക്കിയ ഒട്ടേറെ ഗാനങ്ങൾ ഹൃദിസ്ഥമാക്കി. വടിചെത്തി ത്രിവർണ്ണ പതാകയുടെ മാതൃകകെട്ടി സഹപാഠികൾക്കൊപ്പം പാടിനടന്നു. പല്ലുകൊഴിഞ്ഞ ഈ വാർദ്ധക്യത്തിലും അവ സ്ഫുടമായി ആലപിക്കും. ജാതീയതയുടെ വേരറുത്തുമാറ്റിയത് അബ്ദുറഹ്മാൻ സാഹിബിന്റെ ചെക്കിപ്പഴമാണെങ്കിൽ മാനവികതയുടെ മഹത്വം പഠിച്ചത് കുടുംബത്തിൽ നിന്നുതന്നെ. അച്ഛന്റെ പുരോഗമനവീക്ഷണവും അമ്മയുടെയും ജ്യേഷ്ഠന്മാരുടെയും കമ്യൂണിസ്റ്റ് കൂറും ബ്രാഹ്മണ്യത്വത്തിന്റെ ചട്ടക്കൂടുകൾക്കപ്പുറത്തേക്കുള്ള വാതായനം തുറന്നു".

വിപ്ലവംവിതച്ച ജ്യേഷ്ഠൻ

നെല്ലേടുപ്പിന്റെ വീരഗാഥകളാൽ പുളകിതമായ മണ്ണിൽ കമ്യൂണിസ്റ്റ്-കർഷകപ്രസ്ഥാനം വേരെടുത്തു. കർഷകരും തൊഴിലാളികളും മനുഷ്യമോചനത്തിന്റെ പ്രത്യയശാസ്ത്രത്തോട് അടുത്തു. പൗരോഹിത്യവും പ്രാമാണിത്വവും അലങ്കാരമായി കൊണ്ടുനടന്ന നാലുകെട്ടുകളിൽപ്പോലും ചൂഷണാധിഷ്ഠിതമായ സാമൂഹ്യവ്യവസ്ഥയ്ക്കെതിരെ മുഷ്ടി ഉയർന്നു. പുല്ലേരിവാദ്ധ്യാരില്ലത്തിനും കാലയാഥാർത്ഥ്യത്തോട് മുഖം തിരിക്കാനായില്ല. വിപ്ലവചരിത്രത്തിൽ ചുവന്നവീടായി ഇല്ലത്തെ പരിവർത്തനപ്പെടുത്തിയതിൽ നാരായണൻ വാദ്ധ്യാർ നമ്പൂതിരിയുടെയും ദേവകി അന്തർജനത്തിന്റെയും രണ്ടാമത്തെ മകൻ കേശവന്റെ പ്രവർത്തനം സമാനതകളില്ലാത്തതാണ്. പിൽക്കാലത്ത് പരിചിത മനസ്സിൽ സൗമ്യതയുടെ നിത്യസാന്നിദ്ധ്യമായ അഡ്വ. പി വി കെ നമ്പൂതിരിയായിരുന്നു ഇല്ലത്തെ ചുവപ്പിച്ച കേശവൻ. 1921ൽ ജനിച്ചു. ഇല്ലത്തിന്റെ ഉടമസ്ഥതയിലുള്ള ദേവിസഹായം എലിമെന്ററി സ്കൂളിൽ പ്രാഥമിക വിദ്യാഭ്യാസം. പഠനത്തിൽ ശരാശരിക്കാരൻ. തുടർപഠനത്തിനായി പയ്യന്നൂർ ബോർഡ് സ്കൂളിൽ ചേർന്നു. ദേശീയപ്രസ്ഥാനത്തിന്റെ പ്രവർത്തനം സജീവമാകുന്ന കാലം. പ്രവർത്തനങ്ങളിൽ കുട്ടികളും പങ്കാളികളായിത്തുടങ്ങി. ബോർഡ് സ്കൂളിൽ വിദ്യാർഥിയോഗങ്ങളിൽ കേശവനും പങ്കെടുത്തു. വിദ്യാർഥികളിൽ ദിശാബോധം പകരാൻ എ കെ ജി സ്കൂളിൽ വരാറുണ്ടായിരുന്നു. എ കെ ജിയുടെ പ്രസരിപ്പും വാത്സല്യപൂർവ്വമായ പെരുമാറ്റവും എ കെ ജിയിലേക്ക് ആകർഷിച്ചു. വിദ്യാർഥി ഫെഡറേഷന്റെ നേതാവായി ഉയർന്നു. കേശവൻ നമ്പൂതിരിക്ക് എസ്എഫിന്റെ ആദ്യകാല നേതാക്കളിൽ പ്രമുഖനായ വേലപ്പമേനോൻ അയച്ച കത്തിലെ പരാമർശം ഇങ്ങനെയാണ്:

സമ്മേളനം നടത്തുന്നത് വളരെ സൂക്ഷിച്ചുവേണം. കാര്യമായി, പണംപിരിക്കുന്നതിലാണ് ശ്രദ്ധിക്കേണ്ടത്. പലശാഖകളായി പിരിഞ്ഞ് എല്ലാ ദിക്കിലും വിദ്യാർഥികൾ എത്തണം. പ്രവൃത്തികളെല്ലാം എല്ലാവർക്കും ഭാഗിച്ചുകൊടുക്കണം. നമ്മുടെ പ്രവർത്തകർ ഏതായാലും പ്രവർത്തിക്കും. മറ്റുള്ളവർക്ക് കഴിയുന്ന പ്രവൃത്തികൾ നൽകി അവരെ മുന്നോട്ടുകൊണ്ടുവന്ന് പ്രവർത്തിക്കണം......

സജീവ പ്രവർത്തനത്തിനിടയിൽ പഠനം അവതാളത്തിലായി. പഠിച്ചുയരണം.. ജനകീയ ജനാധിപത്യ വിപ്ലവം വന്നാൽ എല്ലാ മേഖലകളിലും നമ്മുടെ ആളുകൾ ഉണ്ടാകണം. എന്നാലേ ജനങ്ങളെ സേവിക്കാൻ കഴിയൂ. നിർദ്ദേശം ശിരസ്സാ വഹിച്ച കേശവൻ മംഗലാപുരത്തെ കാനറ സ്കൂളിൽ ചേർന്ന് ഇഎസ്എൽസി പാസായി. അണ്ണാമലൈ സർവ്വകലാശാലയിൽനിന്ന് പ്രീ യൂണിവേഴ്സിറ്റി കോഴ്സും പൂർത്തിയാക്കി. മെഡിസിന് പേകാനായിരുന്നു താല്പര്യം. ഡോക്ടറായാൽ പണം വരാമെന്ന മോഹത്തിൽ അല്ല, ജനങ്ങളെ സഹായിക്കാനുള്ള മികച്ച അവസരമാകുമെന്നുകരുതിയാണ്. പക്ഷേ പ്രവേശനം ലഭിച്ചില്ല. തുടർന്ന് മദ്രാസ് പച്ചയ്യപ്പാസ് കോളേജിൽ ബി എ ഓണേഴ്സിന് ചേർന്നു. കേശവനിലെ കമ്യൂണിസ്റ്റുകാരനെ ജ്വലിപ്പിച്ചത് ഇവിടുത്തെ പഠനമായിരുന്നു. ഉയർന്ന കമ്യൂണിസ്റ്റ് ബോധവും ത്യാഗസന്നദ്ധതയും കേശവനെ സഹപ്രവർത്തകർക്കിടയിൽ ഉശിരൻ കേശവനായി അറിയപ്പെട്ടു. പുത്തലത്ത് നാരായണന്റെ കത്തുമായി കണ്ണൂർ എ കെ ജി ആശുപത്രിയിൽ ചികിത്സതേടിപ്പോയ കേശവനെ മുപ്പതാണ്ടുകൾക്കു ശേഷം ഡോ. പി കെ ആർ വാര്യർ തിരിച്ചറിയുന്ന രംഗമുണ്ട്.

മദിരാശി എംഎസ്ഒയിൽ ഞാനും ഉണ്ടായിരുന്നു. കേശവനെ ഓർമ്മയുണ്ടോ. പെട്ടെന്നെല്ലാം ഓർമ്മവന്നു. ഞാനെഴുന്നേറ്റ് ആ സഖാവിന്റെ കൈപിടിച്ചു. എന്നെ വേറെയെവിടെയെങ്കിലുംവച്ചു കണ്ടിരുന്നെങ്കിൽ കേശവൻ അറിയുമായിരുന്നോ. ഇല്ല അന്നത്തെ ആ കൊമ്പൻ മീശ എന്തിനാ ഒഴിവാക്കിയത്. അന്നത്തെ ഉശിരൻ കേശവൻ എന്തിനാ പി വി കെ നമ്പൂതിരിയായത്. പുത്തലത്ത് സഖാവ് കേശവൻ എന്നെഴുതിയിരുന്നുവെങ്കിൽ ഞാനുടനെ കേശവനെ തിരിച്ചറിയുമായിരുന്നു. നമ്മുടെ കാലം മറക്കാൻ കഴിയുമോ....

ഇന്ത്യൻ രാഷ്ട്രീയത്തിലെ അതികായകന്മാരായിരുന്ന ജനാർദ്ദനറെഡ്ഡി, കെ ആർ ഗണേഷ്, ബ്രഹ്മാനന്ദറെഡ്ഡി എന്നിവർ പച്ചയ്യപ്പാസിലെ സമകാലികർ. മദ്രാസ് വിദ്യാർത്ഥി യൂണിയന്റെ സമുന്നത നേതൃത്വങ്ങളിലൊരാളായി കേശവൻ നമ്പൂതിരി മാറി. എഐഎസ്എഫിന്റെ മദിരാശി ഘടകം മദ്രാസ് സ്റ്റുഡന്റ്സ് ഓർഗനൈസേഷൻ(എംഎസ്ഒ)

എന്നാണ് അറിയപ്പെട്ടിരുന്നത്. ബ്രോഡ്‌വേയിലെ ഷറഫ്അലി മാൻഷൻ സിലെ മൂന്നാം നിലയിലുള്ള മുറിയായിരുന്നു ഓഫീസ്. കെ ആർ ഗണേശ്, സിപിഐഎം കേന്ദ്രകമ്മിറ്റിയംഗം പി രാമചന്ദ്രൻ, സംഗീത സംവിധായകനായി മാറിയ എം ബി ശ്രീനിവാസൻ, ദേവകിപള്ളം, ശർ മ്മാജിയുടെ സഹധർമ്മിണി തങ്കം, റോസമ്മ പുന്നൂസ്, അഡ്വ. കെ പി രാഘവപൊതുവാൾ, എംഎസ്ഒയുടെ നേതാക്കൾ തുടങ്ങിയവർ. ഡോ. പി കെ ആർ വാര്യരുടെ ഉറ്റമിത്രമായി മാറുന്നത് ഈ കാലയളവിലാ ണ്. ആ ബന്ധം മരണംവരെ തുടർന്നതിന്റെ നേർസാക്ഷ്യമാണ് പി കെ ആർ വാര്യരുടെ ആത്മകഥയിൽ കേശവൻ നമ്പൂതിരിയെക്കുറിച്ചുള്ള പരാമർശങ്ങൾ.

> കേശവന്റെ വയറുവേദന മാറി, ഭക്ഷണത്തിന്റെ രുചി വർധിച്ചു. രാത്രികാലങ്ങളിൽ സുഖമായി ഉറങ്ങാനും തുടങ്ങി. ഞങ്ങളെല്ലാ വരും അതിയായി സന്തോഷിച്ചു. ഒരാഴ്ച കഴിഞ്ഞ് ആശുപത്രി വിട്ട് നാട്ടിലേക്ക് മടങ്ങി. കേശവന്റെ കാസർകോട്ടെ വീട്ടിൽ ഞങ്ങൾ പലതവണ പോയിട്ടുണ്ട്. അപ്പോഴെല്ലാം അവർ സദ്യ ഒരുക്കും. കേശവൻ രുചിയോടെ ഊണുകഴിക്കുന്നതുകണ്ട് ഞങ്ങളുടെ മനസ്സ് കുളിർത്തു.

കേശവൻ നമ്പൂതിരിയുമായുള്ള പി കെ ആർ വാര്യരുടെ സൗഹൃ ദത്തിന്റെ നിമിഷം ഇങ്ങനെ വരച്ചിടുന്നു. പച്ചയ്യപ്പാസിൽ പഠനം തുടരു ന്നതിനിടെ നാട്ടിലെ രാഷ്ട്രീയ-സാമൂഹ്യ പ്രവർത്തനങ്ങളിൽ മനസ്സർ പ്പിച്ചു. മദ്രാസിലെ വിദ്യാർത്ഥി യൂണിയൻ പ്രവർത്തനത്തിനിടെ എഐഎസ്എഫിന്റെ ആദ്യകാല നേതാവും വാഗ്മിയുമായിരുന്ന മോ ഹൻ കുമരമംഗലത്തെ പയ്യന്നൂരിൽ കൊണ്ടുവന്ന് പ്രസംഗിപ്പിച്ചു. സജീവ രാഷ്ട്രീയ പ്രവർത്തനത്തിനിടയിലും ബി എ ഓണേഴ്സ് ബിരുദം ഫസ്റ്റ് ക്ലാസിൽ പാസായി. മലബാറിലെ നമ്പൂതിരി ഇല്ലങ്ങളിൽ ആദ്യമായി ഉന്നതബിരുദം നേടിയ കേശവൻ നമ്പൂതിരിക്ക് യോഗക്ഷേമ സഭയുടെ നേതൃത്വത്തിൽ ചെറുതാഴം വാരണക്കോട്ടില്ലത്ത് ഗംഭീര വരവേൽപ്പ് നൽകി. വാരണക്കോട്ട് എൽപി സ്കൂൾ പരിസരത്തുവച്ച് ആനയിച്ചാണ് വാരണക്കോട്ടില്ലത്ത് സ്വീകരിച്ചത്. പഠനത്തിനായി ലഖ്നൗ സർവ്വക ലാശാലയിലേക്ക് തിരിച്ചു. നരവംശശാസ്ത്രത്തിൽ ബിരുദാനന്തരബി രുദവും ബിഎൽ ബിരുദവും നേടി.

1954ൽ മദ്രാസ് ഹൈക്കോടതിക്ക് കീഴിൽ എൻറോൾ ചെയ്ത് മംഗലാപുരത്ത് വൈകുണ്ഠ ബാലിഗയുടെ ജൂനിയറായി പ്രാക്ടീസ് തുടങ്ങി. കേരളപ്പിറവിയോടെ കേരള ഹൈക്കോടതിക്കുകീഴിൽ കാസർ കോട് ബാറിൽ സേവനം അനുഷ്ഠിച്ചു. പാവപ്പെട്ടവരുടെ കേസുകൾ ഫീസ് വാങ്ങാതെ വാദിച്ച കേശവൻ നമ്പൂതിരി മരണംവരെ കാസർ കോട്ടെ വാടകവീട്ടിലായിരുന്നു താമസം. കമ്യൂണിസ്റ്റ് നേതാക്കൾക്കും പ്രവർത്തകർക്കും ഏതുനേരത്തും കയറിച്ചെല്ലാനുള്ള ഇടമായിരുന്നു

അദ്ദേഹത്തിന്റെ ഭവനം. അതിന്റെ ആതിഥ്യസ്നേഹം ലഭിക്കാത്ത കമ്യൂണിസ്റ്റ് നേതാക്കളും പ്രവർത്തകരും വിരളം. വെല്ലൂർ ജയിൽചാടി അവശനിലയിൽ എത്തിയ എ കെ ജിയെ പരിചരിച്ചു. ആവേശവും അനുഭവവും ചോരാതെയായിരുന്നു, ഈ ആതിഥേയത്വം. എ കെ ജി, ഇ എം എസ്, ഇ കെ നായനാർ തുടങ്ങിയ നേതാക്കളെല്ലാം കാസർകോടെത്തിയാൽ തങ്ങുന്നതും ആഹാരം കഴിക്കുന്നതും ഇവിടെവച്ചായിരുന്നു. വിദ്യാർഥിപ്രസ്ഥാനത്തിന്റെ പ്രവർത്തനങ്ങളുമായി കാസർകോട് എത്തുന്ന പ്രവർത്തകർ അസമയത്തായാലും സധൈര്യം കയറിച്ചെല്ലുന്ന ഇടം കൂടിയായിരുന്നു. കമ്യൂണിസ്റ്റുകാരനായി ജീവിക്കുമ്പോഴും കക്ഷിരാഷ്ട്രീയത്തിനുപരി എല്ലാ വിഭാഗത്തിൽപ്പെട്ടവരുമായി സ്നേഹബന്ധം സൂക്ഷിച്ച പി വി കെ നമ്പൂതിരി കാസർകോട്ടെ ഉരു തൊഴിലാളി യൂണിയന്റെ സ്ഥാപക പ്രസിഡന്റായി. ഉരുതൊഴിലാളിയും പിന്നീട് ലീഗ് നേതാവും വ്യവസായിയുമായി മാറിയ കെ എസ് അബ്ദുള്ള സെക്രട്ടറിയും മുൻ എംപിയും സിപിഐ എം സംസ്ഥാനകമ്മിറ്റിയംഗവുമായിരുന്ന എം രാമണ്ണറൈ, ഹൈക്കോടതി ചീഫ് ജസ്റ്റിസ് യു ലക്ഷ്മി നാരായണഭട്ട് (യുഎൽ ഭട്ട്) എന്നിവർ പി വി കെ നമ്പൂതിരിയുടെ സഹപ്രവർത്തകരും ഉറ്റ സ്നേഹിതരുമായിരുന്നു. കാസർകോട് ഗവ. കോളേജ് സ്ഥാപകകമ്മിറ്റിയംഗം, കാസർകോട് സർവീസ് സഹകരണബാങ്ക് ഡയറക്ടർ, സാഹിത്യവേദി അംഗം ഈ നിലകളിലെല്ലാം വിരാജിച്ചു. കാസർകോടിന്റെ വികസന സാമൂഹിക പ്രവർത്തനത്തിൽ മൂന്നുപതിറ്റാണ്ടുകാലം നിറഞ്ഞുനിന്ന കേശവൻ നമ്പൂതിരിയുടെ ഭാര്യ സാമൂഹ്യപരിഷ്കർത്താവും യോഗക്ഷേമസഭയുടെ സ്ഥാപക നേതാക്കളിൽ ഒരാളും ചെർപ്പുളശേരി കാറൽമണ്ണ മനയിലെ കെ എൻ ശങ്കരനാരായണൻ നമ്പൂതിരിയുടെയും (കെ എൻ എസ് നമ്പൂതിരി) ആര്യ അന്തർജനത്തിന്റെയും മകൾ ദേവസേനയാണ്. കോറോം ദേവിസഹായം യുപി സ്കൂൾ റിട്ട. പ്രധാനാധ്യാപകൻ രവീന്ദ്രൻ, അഡ്വ. ജയരാജ്, ജയശങ്കർ (ഐബിഎം ബംഗളൂരു), അജയ്നമ്പൂതിരി (സംഗീതജ്ഞൻ മദ്രാസ്), ഗോകുൽചന്ദ്രൻ, ഇന്ദിര, സത്യനാരായണൻ എന്നിവർ മക്കളാണ്.

പുല്ലേരി വാദ്ധ്യരില്ലത്തെ കമ്യൂണിസ്റ്റ് പോരാളികളുടെ സുരക്ഷിത ഒളിത്താവളവും പാർടിയുടെ രഹസ്യയോഗം ചേരാനുള്ള കേന്ദ്രവുമാക്കി മാറ്റിയ കേശവൻ നമ്പൂതിരി ജീവിതാന്ത്യംവരെ രാഷ്ട്രീയ ഗുരുനാഥൻ എ കെ ജിയുടെ സ്വപ്നം സാക്ഷാൽക്കരിക്കാനുള്ള ഭഗീരഥ പ്രയത്നത്തിലായിരുന്നു. ഭാഷാസംഗമഭൂമിയായ കാസർകോട്ടെ കമ്യൂണിസ്റ്റ് പാർട്ടി ചരിത്രത്തിനൊപ്പം ചേർത്തുവായിക്കേണ്ട പേരാണ് പി വി കെ നമ്പൂതിരിയുടെത്. 1984 ജൂലായ് 21 ന് അന്ത്യശ്വാസം വലിക്കുന്നതുവരെ കർമ്മവഴിയിൽ കാലിടറാതെ നിന്നു. അറിവിന്റെ പെരുമയോ ആഭിജാത്യത്തിന്റെ പ്രൗഢിയോ പ്രദർശിപ്പിക്കാതെ ജീവിച്ചു. അതിന്റെ അംഗീകാരമായിരിക്കാം ജന്മനാട്ടിൽ ഉയർന്നുനില്ക്കുന്ന അഡ്വ. പി വി കെ നമ്പൂതിരി വായനശാല.

വേങ്ങയിൽ നായനാരെ
വിറപ്പിച്ച വിപ്ലവകാരി

കേശവൻ കൊളുത്തിയ വിപ്ലവാഗ്നിയെ ജ്വലിപ്പിച്ചതിൽ ചേറ്റൂർ ഇല്ലത്തെ വാസുദേവൻ നമ്പൂതിരിയുടെ പങ്ക് ചെറുതല്ല. പുല്ലേരി ഇല്ലത്തെ മരുമകൻ കൂടിയായ വാസുദേവൻ നമ്പൂതിരി കോറോത്തെ ചുവപ്പണിയിച്ച വിപ്ലവനക്ഷത്രങ്ങളിൽ പ്രധാനിയാണ്. കമ്യൂണിസ്റ്റുകാരുടെ മലബാറിലെ സുപ്രധാന ഒളിയിടമായിരുന്നു കാനായിയിലെ ചേറ്റൂരില്ലം. അതിനാവശ്യമായ സാഹചര്യവും സഹായവും ഒരുക്കിയത് വാസുദേവൻ നമ്പൂതിരിയും. പയ്യന്നൂർ ഫർക്കയിലെ ആദ്യ പാർട്ടിസെല്ലിൽ അംഗമായ ഇദ്ദേഹം കുടുംബത്തോടും സമുദായത്തോടും ദ്വന്ദ്വയുദ്ധം നടത്തി കമ്യൂണിസ്റ്റ് കർഷകപ്പോരാളിയായി മാറി. മകന്റെ രാഷ്ട്രീയ പ്രവർത്തനം വകവച്ചുകൊടുക്കാൻ യാഥാസ്ഥിതികനായ അച്ഛൻ തയ്യാറായില്ല. നാടുവാഴിയായ വേങ്ങയിൽ നായനാരോടുപോലും മകനെ ഗുണദോഷിക്കാൻ ആവശ്യപ്പെട്ടു. മകന്റെ പോക്കിനെച്ചൊല്ലി ഭാര്യയോട് നിരന്തരം വഴക്കടിച്ചു. എന്നാൽ ഇതിലൊന്നും തളരാൻ വാസുദേവൻ തയ്യാറായില്ല. ജന്മിത്തത്തിനെതിരായ പ്രവർത്തനത്തിൽ മുഴുകിയായിരുന്നു ആ ജീവിതം.

കാനായി പ്രദേശങ്ങളുടെ അധികാരം വേങ്ങയിൽ നായനാന്മാർക്കായിരുന്നു. കൊല്ലും കൊലയും കുലാധികാരമായി കൊണ്ടുനടക്കുന്നവരായിരുന്നു വേങ്ങയിൽ തറവാട്ടുകാർ. കുറ്റൂർ ആസ്ഥാനമാക്കിയാണ് വേങ്ങയിൽ നായനാർ നാടുവാണത്. കുടിയാന്റെ പെണ്ണും മണ്ണും അടക്കിവാണ നായനാന്മാർക്കെതിരെ ചെറുത്തുനില്പിന്റെ ഇതിഹാസം രചിച്ച കർഷകപ്പോരാളികളായിരുന്നു വണ്ണത്താൻ രാമനും കോടിലോൻ രാമനും. അവർ തുറന്നുവിട്ട പോരാട്ടവീര്യത്തിന്റെ കരുത്തിലായിരുന്നു പിന്നീടങ്ങോട്ടുള്ള ഓരോ ചുവടുവയ്പുകളും. പ്രകടമായ രാഷ്ട്രീയ ബോധം സമൂഹം ആർജ്ജിക്കുന്നതിനുമുമ്പെ തിരിച്ചറിവിന്റെയും പ്രതിരോധത്തിന്റെയും മുഷ്ടി ഉയർത്തിയവർ. മുട്ടിനുതാഴെ മുണ്ടുടുക്കാനും

മുടിമുറിക്കാനുമുള്ള അവകാശം അധികാരിയുടേതും ആശ്രിതരുടേതും മാത്രമായപ്പോൾ രാമന്മാരുടെ പോരാട്ടവീര്യം ഉറഞ്ഞുകത്തി. നല്ല മണ്ണും ചന്തമുള്ള പെണ്ണും നാടുവാഴിക്കെന്ന കീഴ്‌വഴക്കത്തെ നേരിട്ടു. കൃഷിക്കാരന് മണ്ണും പെണ്ണിന് മാനവും വിലപ്പെട്ടതാണെന്ന് അധികാരപ്രമത്തതയെ ബോധ്യപ്പെടുത്തി. തന്റെ സമൂഹത്തിന് നിഷേധിക്കപ്പെട്ടവ നേടിയെടുക്കാൻ പോരാടി. അതിനാൽ ജനമനസ്സുകളിൽ രാമന്മാർ ഇതിഹാസതുല്യരായി.

ചരിത്രരേഖകളിലൊന്നും ഇടം പിടിക്കാതെപോയ ഇവരുടെ ചെറുത്തുനിൽപിനെ *എന്റെ ജീവിതകഥ*യിൽ എ കെ ജി ഇങ്ങനെ അടയാളപ്പെടുത്തി:

> അക്കാലത്ത് കൂറ്റൂരിൽ രണ്ടുധീരന്മാരായ കൃഷിക്കാർ ജന്മിത്വത്തിന്റെ ധിക്കാരത്തെ നേരിട്ടുവെല്ലുവിളിച്ചു. വണ്ണത്താൻ രാമനും കോടിലോൻ രാമനും. ജന്മിത്തത്തിന്റെ ധിക്കാരത്തെ വെല്ലുവിളിക്കാൻ ഈ രണ്ടുകർഷകർക്കും മടിയുണ്ടായില്ല. ഒരിക്കൽ ജന്മിയുടെ മുന്നിൽനിന്നുകൊണ്ട് കർഷകകുടുംബത്തിലെ സ്ത്രീകളെ അപമാനിച്ചാൽ നിങ്ങളുടെ വീട്ടിലെ സ്ത്രീകൾക്കും രക്ഷയുണ്ടാവില്ലെന്ന് പറയാൻ വണ്ണത്താൻ രാമൻ മടിച്ചില്ല.

കർഷകപ്രസ്ഥാനം എന്ന ശീർഷകത്തിലാണ് എ കെ ജി ഇങ്ങനെ പരാമർശിക്കുന്നത്. കേരളത്തിന്റെ കർഷകപ്രസ്ഥാനത്തിന്റെ സംഘടിതമുന്നേറ്റത്തിനുള്ള ഊർജ്ജമായി ഇവരുടെ ചെറുത്തുനില്പുകളും കാണേണ്ടതുണ്ടെന്നാണ് എ കെ ജിയുടെ ഓർമ്മപ്പെടുത്തൽ.

ജന്മി-നാടുവാഴിത്തത്തിന്റെ ദുഷ്ടനീതിയിൽ കർഷനും കുടിയാനും നട്ടംതിരിയുന്ന കാലത്താണ് കുറ്റൂരിലെ രാമന്മാർ നാടുവാഴിക്കെതിരെ പ്രതികരിക്കാൻ ഇറങ്ങിയത്. ചിറയ്ക്കൽദേശത്തെ പ്രധാനജന്മിയായിരുന്ന വേങ്ങയിൽ നായനാരോടായിരുന്നു രാമന്മാരുടെ സമരം. കുറ്റൂർ, പാണപ്പുഴ, പെരിങ്ങോം, കാനായി, മണിയറ, മുത്തത്തി, കടന്നപ്പള്ളി, വെള്ളൂർ, പയ്യന്നൂർ ദേശങ്ങളെല്ലാം നായനാരുടെ അധീനതയിലായിരുന്നു. നാടടക്കിവാണ ഇവരുടെ മുന്നിൽ നാട്ടുകാർ പഞ്ചപുച്ഛമടക്കി.

ജന്മിത്തത്തിന്റെ ധിക്കാരത്തെ ആവുംവിധം രാമന്മാർ പ്രതിരോധിച്ചു. മുടിനീട്ടണമെന്ന ധിക്കാരത്തെ ചെറുക്കാൻ കുടുമമുറിച്ച് കാര്യസ്ഥന്റെ മുമ്പിലേക്കിട്ടു കോടിലോൻ രാമൻ. ഷാപ്പിൽ കള്ള് നിഷേധിച്ചപ്പോൾ വണ്ണത്താൻ രാമൻ ജന്മിയുടെ മാളികയിലെത്തി ബഹളംവച്ചു. നല്ല മണ്ണും നല്ല പെണ്ണും ജന്മിക്കെന്ന തീട്ടൂരത്തെ വെല്ലുവിളിച്ചു. അധികാരസോപാനത്തിൽ സുഖാനുഭവങ്ങളിൽ അഭിരമിച്ചവർ അസ്വസ്ഥരായി. രാമന്മാർക്കെതിരെ കേസും പൊലീസും തടവറയും. പതിയിരുന്ന് അക്രമണങ്ങൾ. അതിനെയെല്ലാം അതിജീവിച്ച രാമന്മാരെ ഒടുവിൽ ചതിപ്രയോഗത്തിലൂടെ കീഴ്‌പ്പെടുത്തി. വണ്ണത്താൻ രാമനെ ജന്മിയുടെ ചോറ്റുപട്ടാളം സൂത്രത്തിൽ കീഴ്‌പ്പെടുത്തി അവശനാക്കി. ആശുപത്രിയിൽ പ്രവേശിപ്പിച്ച രാമനെ ശസ്തക്രിയ നടത്തി മുടന്തനാക്കി. കോടിലോൻ രാമനെ കൃഷി

നിലത്തിൽ കുത്തിക്കൊന്നു.

കൂറ്റുരിലെ വേങ്ങയിൽ നായനാന്മാർക്കെതിരെ രണ്ടുരാമന്മാരും അഴിച്ചുവിട്ട പേരാട്ടം കത്തിജ്ജ്വലിച്ചു. നിലം ഒഴിപ്പിക്കലിനെതിരെയും, സ്വാതന്ത്ര്യത്തിനുവേണ്ടിയും സമരകാഹളം മുഴങ്ങി. രാമന്മാരുടെ വീരാപദാനങ്ങൾ മുഖരിതമായ നാട്ടിൽ സ്വാതന്ത്ര്യസമര-കർഷകപ്രസ്ഥാനത്തിന്റെ വേരുകൾ പടർന്നു. അതിന്റെ തുടർച്ചയായിരുന്നു ചേറ്റൂരില്ലത്ത് വാസുദേവൻ നമ്പൂതിരിയുടെ വിപ്ലവപ്രവർത്തനം. കാനായി വേങ്ങയിൽ തറവാട്ടിലെ അക്കാലത്തെ കാരണവരായ രയരപ്പൻ നായനാർക്ക് ഇത് രസിച്ചില്ല. രയരപ്പൻ നായനാരുമായി അടുത്തബന്ധം പുലർത്തിയ ഈശ്വരൻ നമ്പൂതിരിയുടെ മകൻ കമ്യൂണിസ്റ്റ് ആകുകയോ? അതും നടുവാഴിക്കെതിരെ? വാസുവിനെ പട്ടിണിക്കിടണമെന്ന് അച്ഛൻ ഈശ്വരൻ നമ്പൂതിരിയോട് കല്പിച്ചു. കൊലയറപോലും സ്വന്തമായി ഉണ്ടായിരുന്ന ജന്മിയുടെ ആജ്ഞയിൽ ഈശ്വരൻ നമ്പൂതിരി അസ്വസ്ഥനായി. എതിർക്കുന്നവരെ സ്വന്തമോ ബന്ധമോ നോക്കാതെ ചുട്ടുകൊല്ലാനും മടികാട്ടാത്തവരാണ് വേങ്ങയിൽ നയനാന്മാർ. വേങ്ങയിൽ നായനാന്മാരുടെ കാടത്തത്തെ കുടഞ്ഞ കോടിലോൻ രാമന്റെയും വണ്ണത്താൻ രാമന്റെയും ഗതി വാസുദേവനും വരുമോയെന്ന ഭയത്താൽ പിതാവ് ആശങ്കപ്പെട്ടു. ഇല്ലത്തെത്തിയ ഈശ്വരൻ നമ്പൂതിരി വാസുദേവനെ ശകാരിച്ചു. ഖദർ ഷർട്ട് കീറിക്കളഞ്ഞു. വിമോചനത്തിന്റെ പ്രതീകവും നാടുവാഴിത്തത്തോടുള്ള ധിക്കാരത്തിന്റെ പ്രതീകമായും അണിയുന്ന ഷർട്ട് കീറികളഞ്ഞ അച്ഛന്റെ നടപടി വാസുദേവനെ പ്രകോപിതനാക്കി. രയരപ്പൻ നായനാരെ പാഠം പഠിപ്പിക്കാൻതന്നെ തിരുമാനിച്ചു. ജന്മിഗുണ്ടകളും എംഎസ്പിക്കാരും കണ്ണിൽ എണ്ണയൊഴിച്ച് കമ്യൂണിസ്റ്റുകാരെ വേട്ടയാടാൻ നടക്കുന്ന കാലം. ആരും കാണാതെ രാത്രി വേങ്ങയിൽ മഠത്തിലെത്തി. മതിലുചാടി നായനാരുടെ നാലുകെട്ടിന്റെ ചുമരിൽ കരിക്കട്ടകൊണ്ട് ജന്മിത്വം നശിക്കട്ടെ എന്നെഴുതി. ഇരുചെവി അറിയാതെ ഇല്ലത്തെത്തി. നേരം പുലർന്നപ്പോൾ ജന്മിയുടെ ചെവിയിൽ വിവരം എത്തി. അങ്ങോട്ട് എഴുന്നള്ളി ചുമരു നോക്കി. കരിക്കട്ടയിൽ തെളിഞ്ഞ വാക്കുകൾ വായിച്ച രയരപ്പൻ നായനാരുടെ മുഖം അടിയേറ്റപോലെയായി. ചേറ്റൂരെ വാസുദേവനല്ലാതെ മറ്റാർക്കും ഇതിനുള്ള ധൈര്യമുണ്ടാവില്ല ഇതായിരുന്നു ആദ്യ പ്രതികരണം. ഈ സംഭവത്തോടെ രയരപ്പൻ നായനാരുടെ കണ്ണിലെ കരടായി ചേറ്റൂരില്ലത്തെ വാസുദേവൻ. പത്തായപ്പുരയിലാണ് വാസുദേവൻ നമ്പൂതിരി കമ്യൂണിസ്റ്റ് നേതാക്കളെ ഒളിവിൽ പാർപ്പിച്ചത്. പത്തായപ്പുര തെരഞ്ഞെടുക്കാൻ കാരണം അച്ഛൻ ഈശ്വരൻ നമ്പൂതിരി അയിത്തം കല്പിച്ച് അങ്ങോട്ട് അടുക്കാറില്ല. എ വി കുഞ്ഞമ്പു, കെ എ കേരളീയൻ, സുബ്രഹ്മണ്യഷേണായ്, പി കണ്ണൻനായർ, പി കുഞ്ഞിരാമൻ, എ വി ചിണ്ടൻ തുടങ്ങിയവരെല്ലാം ചേറ്റൂരില്ലത്ത് അനേകം നാളുകൾ ഒളിവിൽക്കഴിഞ്ഞിരുന്നു. പല നേതാക്കളും രഹസ്യയോഗങ്ങൾ ചേരാനും ഇവിടെയെത്തി. പേരുകൾ വെളിപ്പെടുത്താത്തതിനാൽ ആരൊക്കെ അന്നെത്തിയെന്നത്

അജ്ഞാതം. എംഎസ്പിയുടെയും വേങ്ങയിൽ നായനാന്മാരുടെയും കടുത്ത എതിർപ്പിനോടു പടപൊരുതിയാണ് വാസുദേവൻ നമ്പൂതിരി കമ്യൂണിസ്റ്റ് - കർഷക പ്രസ്ഥാനത്തെ നയിച്ചത്. പലതവണ എംഎസ്പിക്കാർ ഒളിവിൽക്കഴിയുന്ന കമ്യൂണിസ്റ്റ് നേതാക്കളെ ജയിലിൽ തളയ്ക്കാൻ ഇല്ലം അരിച്ചുപെറുക്കി. പത്തായപ്പുര വളഞ്ഞ് പരിശോധിച്ചു. പത്തായപ്പുരയ്ക്കുള്ളിൽ കടക്കാൻ ശ്രമിച്ച എംഎസ്പിക്കാരെ അമ്മ സരസ്വതി അന്തർജ്ജനം വിലക്കി. ആണുങ്ങളാരും ഇല്ലാത്ത സമയത്ത് അകത്തുകടക്കരുതെന്ന് അവർ ഉറപ്പിച്ചുപറഞ്ഞു. ആ നിശ്ചയദാർഢ്യത്തിനുമുന്നിൽ എംഎസ്പിക്കാർ പത്തിമടക്കി. ഇല്ലായിരുന്നെങ്കിൽ പത്തായപ്പുരയിൽ സൂക്ഷിച്ച പാർട്ടിയുടെ രഹസ്യസർക്കുലറും കത്തുകളും രേഖകളും കൈക്കലാക്കുമായിരുന്നു. വാസുദേവൻ നമ്പൂതിരിയുടെയും സഹോദരങ്ങളുടെയും ജാഗ്രതയിൽ എംഎസ്പിക്കാരുടെ കണ്ണിൽപ്പെടാതെ പല നേതാക്കളും ഇവിടെനിന്ന് രക്ഷപ്പെട്ടു. ഇല്ലത്തിന്റെ പരിസരം പലപ്പോഴും പൊലീസിന്റെ നിരീക്ഷണത്തിലായിരുന്നു. ആ അവസരത്തിൽ ഒരുദിവസം തന്നെ പലതവണ പൊലീസുകാരിൽ ചിലർ ഇല്ലത്തുവരും. ഇവിടെ കമ്യൂണിസ്റ്റുകാർ ഒളിവിൽക്കഴിയുന്നതായി വിവരമുണ്ട്. പരിശോധന നടത്തണം. നിങ്ങളെയെല്ലാം അറസ്റ്റു ചെയ്യും . എന്നൊക്കെ ഭീഷണി മുഴക്കും. കടുത്ത യാതനകളെ അതിജീവിച്ച് കമ്യൂണിസ്റ്റുകാരുടെ തറവാടായി ചേറ്റൂരില്ലം നിലകൊണ്ടു. ആനന്ദതീർത്ഥനും എ കെ ജിയും കേരളീയനും അഴിച്ചുവിട്ട അയിത്തോച്ചാടനസമരത്തിന്റെ അനുരണനമായി വാസുദേവൻ നമ്പൂതിരിയുടെ നേതൃത്വത്തിൽ പന്തിഭോജനവും നടന്നു. തൊട്ടുകൂടാത്തവർ ഒരു പന്തിയിൽ ഇരുന്ന് ഭോജനം നടത്തിയതുകണ്ട് ആഢ്യന്മാരുടെ കണ്ണുതള്ളി. ശിവ... ശിവ. എന്തൊരു നെറികേടാണിതൊക്കെ.... എന്നെല്ലാം പുലമ്പി. എതിർപ്പുകളോരൊന്നും പുതിയ സഹനങ്ങൾക്ക് തിരികൊളുത്തി. 1940 സെപ്തംബർ 15 സാമ്രാജ്യത്വ വിരുദ്ധദിനം. പൗരാവകാശം നിഷേധിക്കുന്ന ഭരണവർഗ കുടിലതകൾക്കെതിരെ പ്രതിഷേധം ശക്തമാക്കാൻ കർഷകസംഘം തീരുമാനിച്ചു. സെപ്തംബർ 15ന് കീച്ചേരിയിൽ നടത്താൻ നിശ്ചയിച്ച പ്രതിഷേധ പരിപാടി പൊലീസ് നിരോധനാജ്ഞയെ തുടർന്ന് മൊറാഴയിലേക്ക് മാറ്റി. ക്രൂര ജന്മിത്തത്തിന് അറുതി വരുത്താൻ ആഗ്രഹിച്ച ജനത സടകുടഞ്ഞെണീറ്റു. ചിറയ്ക്കൽ താലൂക്കിന്റെ വിവിധഭാഗങ്ങളിൽനിന്ന് പ്രതിഷേധ ജാഥ പുറപ്പെട്ടു. പയ്യന്നൂർ മേഖലയിൽനിന്ന് പുറപ്പെട്ട ജാഥയുടെ നേതൃസാന്നിദ്ധ്യമായി വാസുവേദൻ നമ്പൂതിരിയും സജീവം. നമ്പൂതിരിയെ മനുഷ്യനാക്കാൻ വേണ്ടിയല്ല, കമ്യൂണിസ്റ്റുകാരനാക്കാനുള്ള അവിരാമമായ പ്രവർത്തനത്തിൽ സാഹസികമായി ജീവിച്ച വ്യക്തിത്വമാണ് വാസുദേവൻ നമ്പൂതിരി. ഇല്ലം, സമുദായം എന്നി ദ്വന്ദ്വങ്ങളോട് സമരം ചെയതാണ് അദ്ദേഹം വളർന്നതും പ്രവർത്തിച്ചതും സേലം വെടിവയ്പിൽ രക്ഷപ്പെട്ട പള്ളത്ത് കേശവൻ നമ്പൂതിരിയും വാസുദേവൻ നമ്പൂതിരിയുടെ നിഴലായി ഈ സാഹസികജീവിതത്തോടൊപ്പം ഉണ്ടായിരുന്നു.

മറ്റൊരു പാലോറ മാത

ദേശാഭിമാനിക്ക് പശുക്കുട്ടിയെ ദാനംചെയ്ത് ചരിത്രമായി മാറിയ പാലോറ മാതയെപ്പോലെ, കമ്യൂണിസ്റ്റുകാരെ പാലൂട്ടി വളർത്തിയ അമ്മയാണ് കോറോം പുല്ലേരി വാദ്ധ്യാരില്ലത്തെ ദേവകി അന്തർജ്ജനം. സാമുദായികനീതിയുടെ മറക്കുടയ്ക്കുള്ളിൽ ഒതുങ്ങാതെ ഇവർ വിപ്ലവകാരികളെ കൃഷ്ണമണിപോലെ കാത്തു. ജാതിയോ സാമുദായിക പരിഗണനയോ നോക്കാതെ അകത്തളങ്ങളിൽ വിളിച്ചിരുത്തി ചോറുവിളമ്പി. പാവങ്ങളുടെ പടനായകൻ ഇവരെ അമ്മയെപ്പോലെ സ്നേഹിച്ചു.

നാടുതിളച്ച നാല്പതുകളിലാണ് പുല്ലേരിയില്ലം കമ്യൂണിസ്റ്റുകാരുടെ അഭയകേന്ദ്രമായത്. ബ്രിട്ടീഷുപട്ടാളവും ജന്മിഗുണ്ടകളും ഒറ്റുകാരും ഒരുപോലെ നരവേട്ടയുമായി നടക്കുന്നകാലത്ത് പാതിരയെന്നോ പകലെന്നോ നോക്കാതെ നേതാക്കൾ ഇല്ലത്തിന്റെ പടിക്കലെത്തി. ഭയമോ പരിഭവമോ കൂടാതെ അവരെ ഹൃദയപൂർവ്വം വരവേറ്റു. ഗൃഹനാഥൻ നാരായണൻ വാദ്ധ്യാർ നമ്പൂതിരിക്ക് ദേശീയ സ്വാതന്ത്ര്യത്തിനുവേണ്ടി പടനയിക്കുന്നവരോട് തോന്നിയ ആരാധന ദേവകി അന്തർജ്ജനത്തിലേക്കും പടർന്നു.

യഥാസ്ഥിതിക ബ്രാഹ്മണകുടുംബങ്ങളിലൊന്നായ കുളപ്പുറം പെരികമന ഇല്ലത്താണ് ദേവകിയുടെ ജനനം. അന്തർജ്ജനങ്ങൾ അകത്തളങ്ങളിൽമാത്രം ഒതുങ്ങേണ്ടവരാണെന്ന സാമുദായികബോധത്തിൽ അടിയുറച്ച ജീവിതം. 12 ാം വയസ്സിൽ നാരായണൻ വാദ്ധ്യാർ നമ്പൂതിരിയുടെ ഭാര്യയായി പുല്ലേരി ഇല്ലത്തെത്തി. 19 വയസ്സായിരുന്നു നാരായണൻ വാദ്ധ്യാർ നമ്പൂതിരിയുടെ പ്രായം. 36 ാം വയസ്സിൽ അദ്ദേഹം വിടവാങ്ങി. 17 വർഷത്തെ ദാമ്പത്യജീവിതത്തിനിടയിൽ ദേവകി അന്തർജ്ജനം ആത്മാഭിമാനമുള്ള സ്ത്രീത്വത്തിലേക്ക് ഉയർന്നു. വീട്ടിൽ എത്തുന്ന നേതാക്കളെ പരിചരിക്കുന്നതിലും മനസ്സും വയറും ഊട്ടി അവരെ യാത്രയാക്കു

സുബ്രഹ്മണ്യഷേണായിക്കൊപ്പം

ന്നതിലും ദത്തശ്രദ്ധയായി. ഭർത്താവിന്റെ മരണശേഷവും ഈ പ്രവർത്തനം തുടർന്നു. വെല്ലൂർ ജയിൽചാട്ടത്തെതുടർന്ന് ഒളിവിൽക്കഴിയാനാണ് എ കെ ജി എത്തിയത്. മരണത്തെ മുഖാമുഖം കണ്ട യാതനാപൂർണ്ണമായ ഘട്ടത്തിൽ പുല്ലേരി ഇല്ലത്തെ പരിചരണം എ കെ ജിക്ക് പുതുജീവൻ നൽകി. പിന്നീട് ഒളിവിലും തെളിവിലുമായി നിരവധി തവണ എ കെ ജി എത്തി. രോഗപീഡകൾ ബുദ്ധിമുട്ടിച്ച അടിയന്തരാവസ്ഥയുടെ നാളുകളിലായിരുന്നു അവസാനവരവ്. അമ്മയെ കാണാൻവേണ്ടി മാത്രമായിരുന്നു അത്. അമ്മയെ മറക്കുന്നവർ മനുഷ്യരാണോ എന്ന എ കെ ജിയുടെ കത്തിലെ വാചകം മതി ഇരുവരും തമ്മിലുള്ള സൗഹൃദത്തിന്റെ ആഴം അറിയാൻ. ഇല്ലത്തെക്കുറിച്ച് ആരെങ്കിലും ഓർമ്മപ്പെടുത്തിയാൽ എ കെ ജി പഴയകഥ അയവിറക്കും. അവിടുത്തെ അമ്മ വി

ളിമ്പിത്തന്ന ചോറിന്റെയും പുളിങ്കറിയുടെയും രുചി ഒരുകാലത്തും മറന്നുപോവില്ല... ഇങ്ങനെ അവസാനിപ്പിക്കും ഒടുക്കം ആ ഓർമ്മകൾ. പുല്ലേരി ഇല്ലത്തെ പുളിങ്കറിപ്പെരുമ സുബ്രഹ്മണ്യഷേണായിയും അവസാനകാലം അയവിറക്കി.

> പച്ചമാങ്ങകൊണ്ടുള്ള ഒരു പുളിങ്കറിയുണ്ടാവും. എന്തു രസമാണെന്നോ.. എനിക്ക് കുറച്ചെ ചോറുവേണ്ടൂ. വിളമ്പുന്നതിനിടയിൽ ആ കൈ തടഞ്ഞാൽ അമ്മ പറയും എന്താ ഷേണായ് ഇത് ഇത്ര കൊറച്ചുണ്ടാൽ പൊലീസുകാരോട് എങ്ങന്യ ഏറ്റുമുട്ടാൻ പറ്റുക..

മക്കളെ ഊട്ടുന്നതുപോലെ ദേവകി അന്തർജ്ജനം കമ്യൂണിസ്റ്റുകാരുടെ വയറും നിറച്ചു. കുട്ടികളോട് കളി തമാശപറഞ്ഞ് ഒച്ചവയ്ക്കുന്ന എ കെ ജിയെ ഓർമ്മപ്പെടുത്തും. ഒളിവിലാണ് ആരെങ്കിലും അറിഞ്ഞാൽ...ഈ അമ്മയുള്ളപ്പോൾ എന്നെ ആരും പിടിക്കാനെത്തില്ല. അത്ര വിശ്വാസമായിരുന്നു എ കെ ജിക്ക് അമ്മയെ. താഴ്ന്നജാതിയിലുള്ളവർ ദൃഷ്ടിയിൽപ്പെട്ടാൽ മുങ്ങിനിവരുന്ന കാലത്ത് ദേവകി അന്തർജ്ജനം അധഃസ്ഥിതനായ കോറോം സമരനായകൻ എ വി ചിണ്ടനെ അകത്തിരുത്തി ഭക്ഷണം നൽകി. മനുഷ്യനെക്കാളും ജാതി-മത വിശ്വാസങ്ങൾക്ക് പ്രാമുഖ്യമുണ്ടായ സമുദായത്തിൽ സമത്വത്തിന്റെ മഹാകാശം വിരിയിക്കാൻ ദേവകി അന്തർജ്ജനം മുന്നിട്ടിറങ്ങി. അമ്മയുടെ വാത്സല്യത്തെക്കുറിച്ച് സുബ്രഹ്മണ്യഷേണായി പറയുമായിരുന്നു, വണ്ണാനായ ചിണ്ടനെ ഇല്ലത്ത് താമസിപ്പിക്കുകയും സ്വന്തം കൈകൊണ്ട് ഭക്ഷണം വിളമ്പുകയും ചെയ്ത വീരവനിതയാണ് അവർ. ബ്രിട്ടീഷ് പട്ടാളവും എംഎസ്പിക്കാരും രഹസ്യവിവരത്തെ തുടർന്ന് പലതവണ ഇല്ലത്ത് പരിശോധനയ്ക്കെത്തി. അമ്മ അതിനെ നിർഭയമായി നേരിട്ടു. പുരുഷന്മാരാരും ഇല്ലാത്ത നേരത്തെത്തിയ പൊലീസുകാരോട് കയർക്കാനും കരുത്തുകാട്ടി. നമ്പൂതിരി സ്ത്രീകൾ റൗക്ക ധരിക്കുന്നത് സമുദായവിരുദ്ധമായി കണക്കാക്കിയപ്പോൾ സ്വന്തം ഇല്ലത്തെത്തിയ മൂത്തമകൻ വാസുദേവൻ നമ്പൂതിരിയുടെ ഭാര്യയെ റൗക്ക ധരിപ്പിച്ചു. കേശവൻ നമ്പൂതിരിയോട് റൗക്ക വാങ്ങി വരുവാൻ ദേവകി അന്തർജ്ജനം ആവശ്യപ്പെടുകയായിരുന്നു. വാസുദേവന്റെ ഭാര്യ കടുത്ത എതിർപ്പുയർത്തി. ജാതി പോകൂല്ല്യേ? കരഞ്ഞുവിളിച്ചു. ഇവിടെ റൗക്ക ധരിച്ചുള്ള ജാതി മതി മോളേ... എന്നുപറഞ്ഞ് സമാധാനിപ്പിച്ചു. മൂത്ത മരുമകളെ റൗക്ക ധരിപ്പിച്ചതിലൂടെ കുടുംബത്തിലും സമുദായത്തിലും വലിയ മാറ്റത്തിന് തിരികൊളുത്തി. കടുത്ത വിലക്കുകളിൽ മാറുമറയ്ക്കാതെ, മറക്കുട മറച്ചുപിടിക്കാതെ പുറത്തിറങ്ങാനുള്ള സ്വാതന്ത്ര്യം അന്തർജ്ജനങ്ങൾക്ക് ഉണ്ടായിരുന്നില്ല. നവോത്ഥാന പ്രസ്ഥാനവും യോഗക്ഷേമ സഭയും മുന്നോട്ടുവച്ച സമരാഹ്വാനം നാലുകെട്ടുകൾക്കകത്ത് സൃഷ്ടിച്ച ചെറുത്തുനില്പിന്റെ ചരിത്രംകൂടി ഇവിടെ വായിക്കാം. അടുക്കളയിൽനിന്ന് അരങ്ങത്തേക്കുള്ള സാമൂഹ്യപരിവർത്തനത്തിന്റെ ഉൾപ്പിരിവുകളായി വാഴ്ത്താം. ചരിത്ര

ഗതിയെ കോൾമയിർകൊള്ളിച്ച സാമൂഹ്യവിപ്ലവത്തിന്റെ ഊടും പാവും നെയ്തെടുത്ത സമുദായിക വിപ്ലവകാരി എന്ന വിശേഷണം ദേവകി അന്തർജ്ജനത്തിന് അലങ്കാരമാകില്ല. ജാതിമേധാവിത്വത്തിന്റെ കെട്ടുപൊട്ടിച്ചാണ് എ വി ചിണ്ടനെ സംരക്ഷിച്ചത്. വണ്ണാൻ സമുദായത്തിലാണ് ചിണ്ടന്റെ പിറവി. തെയ്യംകെട്ടൽ കുലത്തൊഴിലും. ദൈവക്കോലമായി ആടുമ്പോൾ വരേണ്യർ ഇവരെ അരിയിട്ടുവന്ദിക്കും. തെയ്യം ആടാത്തപ്പോൾ തലകുനിച്ചു നില്ക്കാനേ അധികാരമുള്ളൂ. നവോത്ഥാനം ഉഴുതുമറിച്ച മണ്ണിൽപ്പോലും മേൽമുണ്ട് കക്ഷത്തിൽ തിരുകി, കുനിഞ്ഞ് കുമ്പിട്ട് തൊഴുകൈയുമായി നില്ക്കുന്ന പതിവ് ഇന്നും നിലനില്ക്കുന്നു. അതിനേക്കാൾ രൂക്ഷമായ ജാത്യാചാരങ്ങളും വിശ്വാസങ്ങളും നിലനിന്നപ്പോൾ പൗരോഹിത്യവും താന്ത്രികവിദ്യയും മുഴങ്ങുന്ന തറവാട്ടിൽ ചിണ്ടനെ ഒളിപ്പിച്ചും പരിചരിച്ചും കഴിയാൻ ഒരു അന്തർജ്ജനം മുന്നോട്ടുവന്നു. കമ്യൂണിസ്റ്റുകാരെ കൊടുംഭീകരരായി മുദ്രകുത്തിയ കാലത്താണ് ഭയലേശമെന്യേ ഇവർ ഇതിനെല്ലാം മുന്നോട്ടുവന്നത്. എം എസ് പി എന്നുകേൾക്കുമ്പോൾ മുട്ടുവിറയ്ക്കുമായിരുന്നു സ്ത്രീകൾക്ക്. മാംസദാഹികളായിരുന്നു ഇവരിൽ പലരും. കമ്യൂണിസ്റ്റുകാരെ വേട്ടയാടാൻ ക്യാമ്പ് ചെയ്യുന്ന കിരാതന്മാരുടെ പ്രധാന വിനോദം വെപ്പും തീനും സ്ത്രീകളെ മാനഭംഗപ്പെടുത്തലുമായിരുന്നു. അവരെ നേരിടാനുള്ള ധൈര്യം ദേവകി അന്തർജ്ജനത്തിനുണ്ടായി. ജീവിതാനുഭവങ്ങളിലൂടെ സ്വായത്തമാക്കിയതാണിതെല്ലാം. ദേവകി അന്തർജനത്തിന്റെ അനുഭവസമ്പന്നതയെയും വിപ്ലവബോധത്തെയും ഡോ. പി കെ ആർ വാര്യർ ആത്മകഥയിൽ ഇങ്ങനെ വിലയിരുത്തി.

> റഷ്യയിൽ ഇപ്പോൾ നടക്കുന്ന കടുത്ത വഞ്ചനയിൽ മനം മടുത്ത കമ്യൂണിസ്റ്റുകാരുണ്ടെങ്കിൽ അവർ കോറോത്ത് പുല്ലേരിയില്ലത്തു പോയി ആ അമ്മയെ ഒന്നുകാണുന്നതും അവരോട് രണ്ടു വാക്കു സംസാരിക്കുന്നതും നന്നായിരിക്കും. അവർ അവരുടെ ഭാഷയിൽ പറഞ്ഞുതരും ഈ തിരിച്ചടി താല്ക്കാലികമാണ്. അതിൽ മതിമറന്ന് സാമ്രാജ്യത്വം പല്ലിളിക്കുന്നതും സ്വാഭാവികമാണ്. അവരുടെ ഇന്ത്യൻ കിങ്കരന്മാർ അട്ടഹസിക്കുന്നതുകേട്ട് ഒരാളും പരിഭ്രാന്തരാകേണ്ടതില്ല. ഇതൊന്നും ഏതുകാലത്തും നിലനിൽക്കില്ല. മാർക്സിസം-ലെനിസിസത്തിന്റെ അന്തിമവിജയം സുനിശ്ചിതമായിരിക്കും.

അമ്മയുമായുള്ള ഇഴയടുപ്പത്തിൽനിന്ന് പി കെ ആർ വാര്യരുടെ നീരിക്ഷണത്തിൽ ദേവകി അന്തർജ്ജനത്തിന്റെ ഉയർന്ന കമ്യൂണിസ്റ്റ് ബോധത്തിന്റെ അടയാളപ്പെടുത്തലാണ് ഈ വാക്കുകൾ. സമരപുളകിതമായ ഒരുകാലത്തെ ത്രസിപ്പിച്ച വിപ്ലവകാരികൾക്ക് അന്നവും അഭയവും നല്കിയ ദേവകി അന്തർജ്ജനം, ചുവന്ന ചരിത്രത്തിലെ മായാത്ത ജീവിതമായി മനുഷ്യഹൃദയത്തിലും പതിഞ്ഞിരിക്കുന്നു.

എ കെ ജിയുടെ ഉണ്ണി

"കേരളം ഹൃദയത്തിൽ സൂക്ഷിക്കുന്ന ജനനായകനാണ് എ കെ ജി. ദീർഘകാലം ജയിൽവാസം അനുഷ്ഠിച്ച രാഷ്ട്രീയനേതാവ്. ജയിൽ വാസത്തിനൊപ്പം ഏറെക്കാലം എ കെ ജി ഒളിവിലും കഴിഞ്ഞു. അതിൽ പ്രധാനമാണ് എഫ് 7 എന്ന് കമ്യൂണിസ്റ്റുകാർക്കിടയിൽ അറിയപ്പെട്ട പുല്ലേരി വാദ്ധ്യാരില്ലം. ഒളിവു ജീവിതത്തിനിടയിൽ സുരക്ഷിത താവളമായിരുന്നു അദ്ദേഹത്തിന് പുല്ലേരി വാദ്ധ്യാരില്ലം. നടൻ എന്നതിലുപരി എ കെ ജിയുടെ ഉണ്ണിയാണ് ഞാൻ. അങ്ങനെയാണ് നാട്ടുകാർ അറിയുന്നത്. എ കെ ജി സ്വന്തം കൈപ്പടയിൽ അയച്ച കത്തുകൾ നിധിയാണ് എനിക്ക്, അമൂല്യമായ നിധി. താരപരിവേഷങ്ങൾക്കുമുമ്പേ തന്നെ പുറംലോകത്തിന് ഇതറിയാം".

ദേശീയപ്രസ്ഥാനത്തിൽ സക്രിയമായ എ കെ ജിയെക്കുറിച്ച് അച്ഛൻ നാരായണൻ നമ്പൂതിരിയിൽനിന്നാണ് അറിയുന്നത്. ഭഗത്സിങ്ങിനെ ആരാധിച്ചിരുന്ന നാരായണൻ നമ്പൂതിരിക്ക് എ കെ ജിയും പ്രിയപ്പെട്ട നേതാവായിരുന്നു. ജനങ്ങളോട് ഇഴകിച്ചേരുന്ന ജനനേതാവിന്റെ നേതൃസവിശേഷത അദ്ദേഹത്തിലേക്ക് അടുപ്പിച്ചു. ഉപ്പ് സത്യഗ്രഹ സമരവുമായി ബന്ധപ്പെട്ട് പയ്യന്നൂരിലെത്തിയതും കണ്ടോത്ത് നിരത്തിലൂടെ അയിത്തത്തിനെതിരെ നടത്തിയ ജാഥയെതുടർന്ന് എ കെ ജിയെ സവർണ്ണജാതിക്കാർ മർദ്ദിച്ച സംഭവവും എ കെ ജിക്ക് വീരപരിവേഷം നൽകി. പയ്യന്നൂർ ബോർഡ് ഹൈസ്കൂളിൽ ആറാം ക്ലാസിൽ പഠിക്കുമ്പോഴാണ് എ കെ ജിയെ ആദ്യമായി കണ്ടത്. വിദ്യാർഥിസമരവുമായി ബന്ധപ്പെടാനാണ് അദ്ദേഹം എത്തിയത്. പൊപ്ലീൻ ഷർട്ടാണ് ധരിച്ചിരുന്നത് അന്ന്. എ കെ ജി അടുത്തുവിളിച്ച് പേര് ചോദിച്ചു. ഉണ്ണീ ബ്രിട്ടീഷുകാരന്റെ ഈ കുപ്പായം മാറ്റണം. നാളെമുതൽ ഖദറുടുക്കണം. ഇതു കേട്ട് ഉച്ചയ്ക്ക് സ്കൂളിൽ പോകാതെ മാധവൻ മേസ്ത്രിയുടെ തു

എ കെ ജിയോടൊപ്പം

ന്നൽക്കടയിൽ പോയി ഖദർകുപ്പായത്തിന് അളവുകൊടുത്തു. വൈകിട്ടുവരെനിന്ന് കുപ്പായം തുന്നിച്ചു. പരവന്തട്ടയിൽ നടന്ന കർഷകസമ്മേളനത്തിൽ പങ്കെടുക്കാൻ എത്തിയപ്പോൾ എ കെ ജി ഇല്ലത്തെത്തി. ഒരു രാത്രികൊണ്ട് എല്ലാവരുടെയും ഹൃദയം കവർന്നു. ഡെയിഞ്ചർ കമ്യൂണിസ്റ്റെന്ന് ബ്രിട്ടീഷുകാർ രേഖപ്പെടുത്താൻ ഇടയാക്കിയ ചരിത്രപ്രസിദ്ധമായ വെല്ലൂർ ജയിൽചാട്ടത്തെ തുടർന്നാണ് രണ്ടാമത്തെ വരവ്. "എ കെ ഗോപാലൻ ജയിൽ ചാടിയ വാർത്ത കേട്ടിരുന്നു. കണ്ടുകിട്ടാൻ വിവരം നല്കുന്നവർക്ക് സർക്കാർ ഇനാം പ്രഖ്യാപിച്ചു. സാഹസികമായി ജയിൽചാടിയ എ കെ ജി ഇല്ലത്തുവരുമെന്ന് ആരും പ്രതീക്ഷിച്ചിരുന്നില്ല. ഒരു മഴക്കാലം ഞങ്ങളെല്ലാം കിടന്നിരുന്നു. കണ്ണടച്ചതേയുള്ളൂ. വാതിലിൽ തുരുതുരാ മുട്ടുന്ന ശബ്ദം. എഴുന്നേറ്റ് തുറന്നുനോക്കിയപ്പോൾ കൊടക്കൽ കുഞ്ഞിക്കണ്ണൻ മാസ്റ്റർ. ജ്യേഷ്ടൻ കേശവൻ നമ്പൂതിരിയെ വിളിച്ച് പുറത്തേക്കു പോയി എന്തോ സ്വകാര്യം പറയുന്നു. അല്പം കഴിഞ്ഞ് തിരിച്ചെത്തി കേശവേട്ടൻ പറഞ്ഞു. എ കെ ജി വന്നിട്ടുണ്ട്. പുറത്ത് ഒരാളും അറിയരുത്. ഞാൻ പുറത്തേക്ക് നോക്കി. കിടുകിടാ വിറച്ച് ക്ഷീണിച്ച് അവശനായി ഒരാൾ കടന്നുവരുന്നു. മലമ്പനി ബാധിച്ച് വേച്ചുവേച്ച് പടി കയറിവന്ന മഹാപുരുഷനെ കണ്ടപ്പോൾ കണ്ണുനിറഞ്ഞു".

"ഇല്ലത്തെ വൈക്കോൽപ്പുരയിലാണ് എ കെ ജിയെ ഒളിപ്പിച്ചത്. മലമൂത്രവിസർജ്ജനമടക്കം അവിടെത്തന്നെ. മൺകലത്തിലായിരുന്നു പ്രാഥമിക കൃത്യം നിർവഹിച്ചത്. പുറത്തിറങ്ങാൻപോലും കഴിയാത്ത

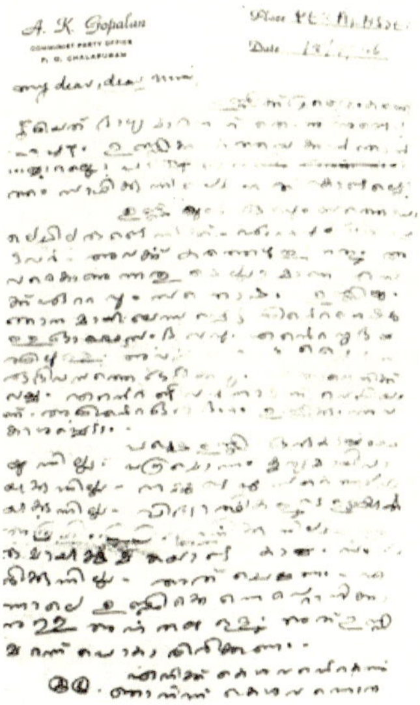

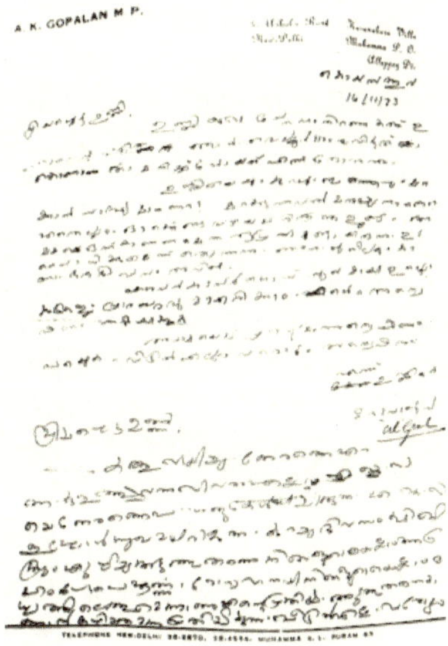

എ കെ ജി ഉണ്ണികൃഷ്ണൻ നമ്പൂതിരിക്കെഴുതിയ കത്തുകൾ

ഗോപാലേട്ടന് മരുന്നും ഭക്ഷണവും നല്കി അമ്മ പരിചരിച്ചു. അറപ്പില്ലാതെ മൺകലത്തിലെ വിസർജ്ജ്യവസ്തുക്കൾ പുറത്തുകളഞ്ഞു. ഇതു കണ്ടപ്പോൾ ഞാനും അമ്മയെ സഹായിച്ചു. ചുരുക്കം ദിവസത്തിനുള്ളിൽ ഞാൻ ഗോപാലേട്ടന്റെ ചങ്ങാതിയായി. ഇല്ലത്തെ ഒളിവുജീവിതത്തിനിടയിൽ എന്റെ കുട്ടിത്തവും കുസൃതിയും ഗോപാലേട്ടൻ നന്നായി ആസ്വദിച്ചു. പഠനത്തിൽ മോശമായ എന്നെ അടുത്തിരുത്തി പറയും. ഉണ്ണി... നീ ഇങ്ങനെ ഒഴപ്പി നടന്നോ.. പഠിപ്പില്ലാത്ത നിന്നെ ഒന്നിനും കൊള്ളില്ല.. അതുകൊണ്ട് നന്നായി പഠിക്കണം. സാഹസികമായ ജയിൽ ചാട്ടത്തിന്റെ കഥ അദ്ദേഹം പങ്കുവയ്ക്കുമ്പോൾ തരിച്ചിരുന്നുപോകും. കയ്യൂർ സംഭവത്തെതുടർന്നുള്ള പൊലീസ് വേട്ടയിൽ നാട് വിറങ്ങലിക്കുമ്പോൾ ഞാൻ എങ്ങനെയാ ജയിലിൽ കിടക്കുക. ജനങ്ങൾക്കൊപ്പം നില്ക്കാൻ ജയിൽചാട്ടമല്ലാതെ മറ്റു മാർഗ്ഗമില്ലെന്ന് മനസ്സിലാക്കി. പിന്നെ അതിനുള്ള പ്രവർത്തനമായി. കനത്തമഴയും കൂരിരുട്ടുമുള്ള രാത്രിയിൽ ജയിൽഭിത്തി തുരന്ന് പുറത്തുകടന്നു. പാറപ്പുറത്തെ വെള്ളം കുടിച്ച് കാടും മേടും താണ്ടി ലക്ഷ്യത്തിലെത്തി. ഗോപാലേട്ടന്റെ അസാധാരണമായ ജീവിതാനുഭവം അത്ഭുതപ്പെടുത്തുന്നതായിരുന്നു. കളിയും ചിരിയുമായി ഞങ്ങൾ എ കെ ജിയുടെ അടുത്തുകൂടും. കഥയും തമാശയുമായി അദ്ദേഹവും. ഇതുകാണുമ്പോൾ അമ്മ വേവലാതിപ്പെടും. അപ്പോൾ എ കെ ജി പറയും ഈ അമ്മയുള്ളിടത്തോളം ഞാൻ പിടിയിലാവില്ല".

“വിശ്രമരഹിതമായ രാഷ്ട്രീയപ്രവർത്തനത്തിനിടയിൽ എപ്പോഴും കത്തിടപാടിലൂടെ ഇല്ലത്തെ കാര്യങ്ങളൊക്കെ അന്വേഷിക്കും. ഒരിക്കൽ ഞാൻ അയച്ച കത്തിന് മറുപടി കിട്ടാൻ വൈകി. ഞങ്ങളെ മറന്നോ എന്നൊക്കെഴുതി ഞാൻ വീണ്ടും കത്തയച്ചു. അധികം താമസിയാതെ മറുപടി കിട്ടി. മൈ ഡിയർ ഡിയർ ഉണ്ണീ...ഇങ്ങനെയായിരുന്നു തുടക്കം. നീലമഷിയിൽ എഴുതിയ കത്തിൽ ഡിയർ ഡിയർ ഉണ്ണീ എന്ന വാക്കുകളിൽ അടിവരയിട്ടാണ് എഴുതിയത്. ഉണ്ണിയെ മറക്കാനോ...ഉണ്ണിയെയും അമ്മയെയും മറക്കുന്നവർ മനുഷ്യരാണോ....സത്യം പറഞ്ഞാൽ കത്തു വായിച്ച് കരഞ്ഞുപോയി. ഗോപാലേട്ടനെ ഇങ്ങനെ വിഷമിപ്പിച്ചതിൽ പ്രയാസം തോന്നി. കത്തുവായിച്ച് അമ്മയും കുറെ ശകാരിച്ചു. സുശീലേച്ചിയെകൊണ്ടാണ് കത്തെഴുതിച്ചതെങ്കിൽ അടിയിൽ സ്വന്തം ഗോപാലേട്ടൻ എന്നെഴുതി ഒപ്പുചാർത്തും. ഒരുപക്ഷേ, ജീവിതത്തിൽ നിധി പോലെ കാക്കുന്നത് ഗോപാലേട്ടൻ അയച്ച കത്തുകൾ തന്നെയാണ്. പലതവണ ഗോപാലേട്ടൻ ഇല്ലത്തുവന്നു. കാർഷികബന്ധ ബില്ലൊക്കെ പാസായ ഘട്ടത്തിൽ ഇല്ലത്തെ അവസ്ഥ പരിതാപകരമായിരുന്നു. കാര്യങ്ങളൊക്കെ നോക്കിനടത്തിയത് വാസുദേവേട്ടനായിരുന്നു. നിത്യവൃത്തിക്കുതന്നെ വിഷമിച്ച ഘട്ടത്തിൽ മുമ്പ് കുടിയാന്മാരായിരുന്നവർക്കെതിരെ ഭൂമി സംബന്ധമായി കോടതിയിൽ കേസ് കൊടുത്തു. പയ്യന്നൂരിൽ പാർട്ടി പരിപാടിക്കെത്തിയ ഗോപാലേട്ടനെ ഇക്കാര്യം ആരോ ധരിപ്പിച്ചു. പരിപാടി കഴിഞ്ഞ് അദ്ദേഹം ഇല്ലത്തെത്തി. എന്തു പണിയാ നിങ്ങൾ കാണിച്ചത്.. കുറെ ശകാരിച്ചു. ഒടുവിൽ കേസ് പിൻവലിക്കാൻ ആവശ്യപ്പെട്ടു. ഇതെല്ലാം നിന്റെ പണിയാ എന്നൊക്കെ പറഞ്ഞ് എന്നെയും ശകാരിച്ചു. ത്രിപുര കോൺഗ്രസിൽ പോകാൻ പണത്തിന് വിഷമം നേരിട്ടപ്പോൾ എ കെ ജി ഏട്ടനെഴുതി. പത്തുപറ നെല്ല് വിറ്റ് ആവശ്യപ്പെട്ട പണം അയച്ചുകൊടുത്തു. പെരളശേരി ഐവർകുളത്തെ സ്വന്തം വീടുപോലെയായിരുന്നു ഗോപാലേട്ടന് ഇല്ലം. ഞങ്ങൾ സഹോദരങ്ങളും. 1976 ലാണ് അദ്ദേഹം അവസാനമായി ഇല്ലത്തെത്തിയത്. കാസർകോടുനിന്ന് കാറിലെത്തിയ എ കെ ജിക്കൊപ്പം സുശീല ഗോപാലനും കൂടെയുണ്ടായിരുന്നു. വയ്യായ്കയുണ്ടെങ്കിലും അമ്മയെ കാണണമെന്ന ആഗ്രഹത്തിൽ വന്നതാണ്. അതായിരുന്നു അവസാനത്തെ കൂടിക്കാഴ്ചയും. ഒരു വർഷത്തിനകം ഗോപാലേട്ടൻ മടങ്ങിവരാത്തവിധം മറഞ്ഞു”.

മലയാളിയുടെ മുത്തച്ഛൻ

എ കെ ജിയുടെ ഉണ്ണി ഇപ്പോൾ മലയാളിയുടെ മുത്തച്ഛനാണ്. മലയാളി ഹൃദയത്തിൽ സൂക്ഷിക്കുന്ന പിതാമഹ സങ്കല്പത്തിന്റെ മുഖപ്രസാദം എന്നൊക്കെയാ എല്ലാരും പറയുന്നത്. സദാപ്രസന്നമായ മുഖത്ത് ശുഭപ്രതിക്ഷ. നിലാവു പൊഴിയുന്ന പുഞ്ചിരിയുമായി പൂമുഖത്ത് തീവ്രാനുഭവത്തിന്റെ പോയകാലം തുറക്കുമ്പോൾ പൊഴിയുന്ന കണ്ണീരിൽ ഹൃദയവിശുദ്ധി പ്രകടം. പ്രൗഢിയും പരമാധികാരവുമുള്ള തറവാട്ടിൽ പിറന്നിട്ടും പച്ചമനുഷ്യനായി ജീവിതം. താരപരിവേഷത്തിലും ഭാവഭേദമില്ല. പുല്ലേരി വാദ്ധ്യാരില്ലത്തിന്റെ പടികടന്നെത്തുന്നവരാരായാലും തൊഴുകൈയോടെ, തലയിൽ തലോടി വരവേല്ക്കും. പിന്നെ സ്നേഹവും ശാസനയും ശകാരവും. കേരളക്കരയുടെ തറവാട്ടച്ഛന്റെ കരസ്പർശമേല്ക്കുമ്പോൾ പരിലാളനത്തിന്റെ ആത്മനിർവൃതി.

ഉണ്ണിക്കൃഷ്ണൻ നമ്പൂതിരി മലയാളിയുടെ മുത്തച്ഛ സങ്കല്പത്തിന്റെ മുഖചിത്രമായത് തികച്ചും യാദൃശ്ചികം ജയരാജിന്റെ *ദേശാടന*ത്തിൽ പാച്ചുവിന്റെ മുത്തച്ഛനായി വേഷമിട്ട് കലർപ്പില്ലാത്ത അഭിനയത്തിലൂടെ ആ പഥത്തിലെത്തുകയായിരുന്നു. ആർദ്രതയും കണ്ണീരും ആത്മസംഘർഷവും അദ്ദേഹത്തിന്റെ പകർന്നാട്ടത്തിൽ നാം അനുഭവിച്ചു. പൗത്രവിരഹത്തിന്റെ ആഴം അനുഭവവേദ്യമാക്കി. പാച്ചുവിനെ സന്ന്യാസത്തിനുവിടണമെന്ന് ആചാര്യസ്വാമി നിർദ്ദേശിക്കുമ്പോൾ, സ്വാമികളുടെ ആവശ്യം മകനോട് പറയുമ്പോൾ, പാച്ചുവിന്റെ യാത്രവേളയിൽ- മുത്തച്ഛന്റെ മുഖത്ത് മിന്നിമറയുന്ന മനോവേദന കണ്ണീരുപ്പ് പടർത്തി. അഭിനയ ചാരുതയുടെ വർണ്ണ മുഹൂർത്തങ്ങളിലൂടെ ഉണ്ണിക്കൃഷ്ണൻ നമ്പൂതിരി പ്രിയതാരമായി മാറി.

ഒരു നടനാവണമെന്ന് ഒരിക്കൽപ്പോലും മനസ്സിൽ കൊണ്ടുനടക്കാത്ത ഇദ്ദേഹം അഭിനയപാടവത്തിലൂടെ തെന്നിന്ത്യൻ ചിത്രങ്ങളിലും

അഭിനയിച്ചു. പതിനാലുവർഷത്തിനിടയിൽ പതിനാലോളം ചിത്രങ്ങൾ. *ദേശാടനം* കണ്ടവർ *പഥേർ പാഞ്ചാലി*യിൽ ദുർഗ്ഗയുടെ മുത്തശിയെ അവതരിപ്പിച്ച ചുനിയ ബാലദേവിയുടെ അഭിനയമികവിനോളമെന്ന് വാഴ്ത്തി. ബംഗാളിലെ അറിയപ്പെടുന്ന തിയറ്റർ ആർട്ടിസ്റ്റായിരുന്നു അവരെങ്കിൽ ജീവിതത്തിൽ ഒരിക്കലും അരങ്ങുകാണാത്ത നടനായിരുന്നു ഉണ്ണി നമ്പൂതിരി. സംസ്ഥാന ചലച്ചിത്ര അവാർഡ് നിർണയത്തിന്റെ അവസാനഘട്ടത്തിൽ മികച്ച നടനെന്ന നിലയിൽ സൂപ്പർ താരങ്ങൾക്കുപോലും അദ്ദേഹം വെല്ലുവിളി ഉയർത്തി.

"സിനിമയിലെത്തിയതിനെക്കുറിച്ച് ചോദിച്ചാൽ അതൊരു യോഗമാണ്, നിയോഗം. 76 ാം വയസ്സിൽ അറിയപ്പെടുന്ന നടനാവാമെന്നു വച്ചാൽ മഹാഭാഗ്യം എന്നല്ലാതെ എന്താ പറയ്യാ?"-ഉണ്ണിക്കൃഷ്ണൻ നമ്പൂതിരിയുടെ പ്രതികരണം ഇങ്ങനെയാണ്. "മക്കളുടെ നിർബന്ധത്തിനുവഴങ്ങിയാണ് നടനായത്. *സോപാന*ത്തിന്റെ ഷൂട്ടിങ് വേളയിൽ കൊല്ലൂർ മൂകാംബികയിൽവച്ച് ജയരാജിനെ പരിചയപ്പെട്ടു. മകൾ ദേവകിയുടെയും ഭർത്താവ് കൈതപ്രം ദാമോദരൻ നമ്പൂതിരിയുടെയും ഒപ്പം യാത്ര. നാലുദിവസം കൊല്ലൂരിൽ. ജയരാജുമായി അടുത്തു. എന്റെ പ്രകൃതവും പ്രത്യേകതയും അദ്ദേഹം തൊട്ടറിഞ്ഞു. *ദേശാടന*ത്തിലെ മുത്തച്ഛ കഥാപാത്രത്തെ എന്റെ മുഖത്ത് കുറിച്ചു".

"കൈതപ്രത്തിന്റെ കോഴിക്കോട്ടെ വീട്ടിൽവച്ച് പിറന്നാൾ ആഘോഷവേളയിലാണ് *ദേശാടന*ത്തിലെ മുത്തച്ഛനായി വേഷമിടാൻ അച്ഛനോട് പറയണമെന്ന് ജയരാജ് ദേവകിയോട് ശുപാർശ ചെയ്തത്.

"അഭിനയിക്കണമെന്ന ദേവകിയുടെ അഭ്യർത്ഥന പരിഹാസത്തോടെ തള്ളി. ഒടുവിൽ ചടങ്ങിനെത്തിയ മാടമ്പ് കുഞ്ഞിക്കുട്ടൻ ഉണ്ണിയേട്ടാ എന്നുവിളിച്ച് അടുത്തെത്തി. ജയരാജിന്റെ ആഗ്രഹം അറിയിച്ചു. എന്ത് ഭ്രാന്താ കുഞ്ഞിക്കുട്ടാ നീ പറയണ്. ഈ 76 ാം വയസ്സിലാണോ അഭിനയം- എന്റെ മറുപടി ഇങ്ങനെയായിരുന്നു. ഒരാഴ്ച കഴിഞ്ഞപ്പോൾ ദേവകിയും കൈതപ്രവും കോറോത്ത് വന്നു. മക്കളായ അഡ്വ. പി വി കുഞ്ഞിക്കൃഷ്ണനനും ഭവദാസനും യമുനയും വീട്ടിലുണ്ട്. അവർ കാര്യമായി പരിശ്രമിച്ചു. ഒടുവിൽ അഭിനയിക്കാമെന്നായി. എടപ്പാൾ നാറാത്ത് മനയിലായിരുന്നു ഷൂട്ടിങ്. മൂന്നുദിവസത്തേക്കെന്നായിരുന്നു ആദ്യം പറഞ്ഞത്. ഇരുപത്തിയെട്ട് ദിവസം നീണ്ടു. ഓരോ രംഗം പിന്നിടുമ്പോഴും ഗംഭീരം എന്നായിരുന്നു ജയരാജിന്റെയും സഹപ്രവർത്തകരുടെയും പ്രതികരണം. കൈതപ്രവും ദേവകിയും കൂടെയുള്ളതിനാൽ ഒരു പ്രയാസവും നേരിട്ടില്ല. അഭിനയം ഒന്നും വേണ്ട. സാധാരണപോലെ എല്ലാം ചെയ്യുക. ജയരാജിന്റെ നിർദ്ദേശം അപ്പാടെ അംഗീകരിച്ചു.

"അവസാനഭാഗത്തിന്റെ ചിത്രീകരണം തൃശൂർ ബ്രഹ്മസ്വം മഠത്തിലായിരുന്നു. സ്വാമിയാരുടെ അടുത്തെത്തി ആചാര്യനെ കാണുന്ന സന്ദർഭം. ചിത്രത്തിലെ പ്രധാന ഷോട്ടുകളിലൊന്ന്. പാച്ചുവിനെ സന്ന്യാസത്തിന് വിടണമെന്ന് കല്പിക്കുന്ന ഭാഗം. വൈകാരികതയുടെ വേലി

കമൽ, മമ്മൂട്ടി, ബാലചന്ദ്രമേനോൻ എന്നിവരോടൊപ്പം

യേറ്റം. തഴക്കംവന്ന നടനെപ്പോലെ അനായാസം അഭിനയിച്ചു. ഷോട്ട് പൂർത്തിയായപ്പോൾ കൈയുയർത്തി ജയരാജ് ആഹ്ലാദം പ്രകടമാക്കി. അവസാനരംഗം വൈകാരികമായിരുന്നു. മഠത്തിൽനിന്ന് വീട്ടിലേക്ക് വന്ന പാച്ചുവിനെ അച്ഛനും അമ്മയും തിരസ്കരിച്ചു. മുത്തശ്ശനും എന്നെ വേണ്ടേ എന്നുവന്ന് ചോദിക്കുമ്പോൾ ഞെട്ടിവിറച്ച്, കണ്ണുനിറഞ്ഞ്, തളർന്നുതാഴെ വീഴുന്ന രംഗം. ആ ഭാവോജ്ജ്വല നിമിഷം ഹൃദയസ്പർശിയായി അവതരിപ്പിക്കാൻ ഒരുക്കങ്ങളൊന്നും വേണ്ടിവന്നില്ല. ആയിരങ്ങളാണ് പ്രശംസിച്ചത്. അകത്തുനിന്നും പുറത്തുനിന്നും അഭിനന്ദനപ്രവാഹം. നാട്ടിലാണെങ്കിൽ സിനിമാനടനെന്ന ഖ്യാതിയും. വാർദ്ധക്യത്തിൽ കൈവന്ന ഭാഗ്യം".

ചമയങ്ങളൊന്നുമുണ്ടായിരുന്നില്ല *ദേശാടന*ത്തിലെ മുത്തച്ഛന്. നിത്യം ധരിക്കാറുള്ള ഒറ്റമുണ്ടും തോർത്തും. പറ്റെ വെട്ടിയ നരച്ചമുടി. രാവിലെ കുളികഴിഞ്ഞാൽ നെറ്റിയിൽ ചാർത്താറുള്ള കളഭവും കുങ്കുമക്കുറിയും. പോയകാല നന്മകളിലേക്ക് ആ തേജോരൂപം കണ്ടാൽ നാം ആഴ്ന്നിറങ്ങും.

*ദേശാടന*ത്തിനുശേഷം ഉണ്ണികൃഷ്ണൻ നമ്പൂതിരി സിനിമയിലെ മുത്തച്ഛവേഷത്തിന്റെ പ്രതീകമായി മാറിയെന്നു പറയാം. തുടർന്ന് പതിനാല് ചിത്രങ്ങൾ. എല്ലാം ഒന്നിനൊന്ന് മികച്ചത്. ദീലിപിനൊപ്പം *കല്ല്യാണരാമൻ, മായാമോഹിനി*. മമ്മൂട്ടിക്കൊപ്പം *രാപ്പകൽ*. മോഹൻലാലിന്റെ കൂടെ *ഫോട്ടോഗ്രാഫർ. അങ്ങനെ ഒരവധിക്കാലത്ത്, പോക്കിരിരാജ, മധുരനൊമ്പരക്കാറ്റ്, കൈക്കുടന്ന നിലാവ്, കളിയാട്ടം, സദാനന്ദന്റെ സമയം*. തമിഴിൽ കമൽഹാസനും രജനികാന്തിനുമൊപ്പം മൂന്നുചിത്രങ്ങൾ. *ചന്ദ്രമുഖി, പമ്മൻ കെ സംബന്ധ്, കണ്ടു കണ്ടേൻ കണ്ടുകണ്ടേൻ*. ജീവിതത്തിൽ ഒരിക്കൽപ്പോലും അരങ്ങുകാണാത്ത നടൻ അത്ഭുതമായി.

നവരസങ്ങളുടെ നാട്യദീപ്തി ഉണ്ണി നമ്പൂതിരിയിൽ നാം കണ്ടറിഞ്ഞു.

കല്ല്യാണരാമനിലെ ശൃംഗാരപ്രധാനമായ അഭിനയം കണ്ട് അടൂർ ഗോപാലകൃഷ്ണൻ പ്രവചിച്ചതിങ്ങനെ- അതികേമമായി 84 ാം വയസ്സിൽ ശൃംഗാരം അഭിനയിക്കാൻ ഉണ്ണിക്കൃഷ്ണൻ നമ്പൂതിരിക്കല്ലാതെ മറ്റാർക്കും കഴിയില്ല. താരമഹിമ തീണ്ടാതെ അഭിനയജീവിതത്തിന്റെ വ്യാഴവട്ടം വരച്ചിട്ടപ്പോൾ കുലദൈവത്തെ വിളിച്ച് കൈകൂപ്പി.

ഞാൻ കമ്യൂണിസ്റ്റ് സഹയാത്രികൻ

സിനിമാനടൻ എന്നതിനെക്കാൾ കമ്യൂണിസ്റ്റുകാരനായി അറിയപ്പെടുന്നതിലാണ് ഉണ്ണികൃഷ്ണൻ നമ്പൂതിരിക്ക് അഭിമാനം. സിനിമാനടനെന്നോ അഭിനേതാവെന്നോ അഭിസംബോധന ചെയ്യുന്നതും ഇഷ്ടമല്ല. സിനിമയിൽ കാലെടുത്തവച്ചവർപോലും താരജാഡ പ്രകടിപ്പിക്കുന്ന കാലത്താണ് ഇദ്ദേഹം നടനിൽ ഊറ്റംകൊള്ളാതെ കമ്യൂണിസ്റ്റാണെന്ന് പ്രഖ്യാപിക്കുന്നത്.

വേദിയുടെ പ്രൗഢിയോ വ്യക്തിയുടെ മഹിമയോ നോക്കാതെ പഴയ സഹനകഥകൾ പ്രഖ്യാപിക്കും. എ കെ ജിക്കുറിച്ച് ഓർത്ത് കണ്ണിരൊഴുക്കും. കൃഷ്ണപിള്ളയെക്കുറിച്ച് പറയുമ്പോൾ വികാരംകൊള്ളും. ഉപ്പു സത്യഗ്രഹത്തെക്കുറിച്ച് അയവിറക്കുമ്പോൾ ആവേശഭരിതനാകും. “സിനിമാനടനെന്നതിനെക്കാൾ ഞാൻ അറിയപ്പെടാനാഗ്രഹിക്കുന്നതും അച്ചടിച്ച് കാണാനിഷ്ടപ്പെടുന്നതും കമ്യൂണിസ്റ്റ് സഹയാത്രികൻ എന്നാണ്“, പലവേദികളിലും ഉണ്ണിക്കൃഷ്ണൻ നമ്പൂതിരി തുറന്നുപറഞ്ഞിട്ടുണ്ട്. *ദേശാഭിമാനി* കൊച്ചി യൂണിറ്റിലെ പി കണ്ണൻ നായർ സ്മാരക ഹാളിന്റെ ഉദ്ഘാടനച്ചടങ്ങ്. എറണാകുളത്തുള്ള മകൻ കുഞ്ഞിക്കൃഷ്ണന്റെ വീട്ടിലായിരുന്നു ഉണ്ണിക്കൃഷ്ണൻ നമ്പൂതിരി. പത്രത്തിലൂടെ പരിപാടിയെക്കുറിച്ച് അറിഞ്ഞു. ഉടൻ ഉദ്ഘാടകനായ അന്നത്തെ സി പി ഐ (എം) സംസ്ഥാന സെക്രട്ടറി പിണറായി വിജയനെ ഫോണിൽ വിളിച്ചു. എറണാകുളത്ത് ഉണ്ടെങ്കിൽ നിർബന്ധമായും പരിപാടിയിൽ പങ്കെടുക്കണമെന്ന് പിണറായി അറിയിച്ചു. കൃത്യസമയത്തുതന്നെ ചടങ്ങിനെത്തി. ചാനലുകാരുടെയും പത്രക്കാരുടെയും വലിയസംഘം. ഉണ്ണിക്കൃഷ്ണൻ നമ്പൂതിരിയെ സംഘാടകർ വേദിയിൽ വിളിച്ചിരുത്തി. സ്വാഗത പ്രാസംഗികനും മറ്റും മലയാളത്തിന്റെ മഹാനടനെന്നൊക്കെ അഭിസംബോധന ചെയ്ത് പ്രസംഗിക്കുന്നു. ഉണ്ണിക്കൃഷ്ണൻ നമ്പൂതിരി അടു

പിണറായി വിജയനോടൊപ്പം

ത്തിരിക്കുന്ന പിണറായി വിജയനോട് പറഞ്ഞു ഈ സിനിമാനടനെന്ന വിളികേട്ട് മടുത്തു. അതിനെക്കാൾ അപ്പുറം എനിക്ക് അറിയപ്പെടാനിഷ്ടം കമ്യൂണിസ്റ്റുകാരനായിട്ടാണ്. ഉണ്ണിക്കൃഷ്ണൻ നമ്പൂതിരിയുടെ ഈ വാക്കുകളിൽ തൊട്ടായിരുന്നു പിണറായിയുടെ ഉദ്ഘാടനപ്രസംഗം. കമ്യൂണിസ്റ്റുകാർ എന്നുപറയുന്നത് കുറച്ചിലായി കണ്ട നാളുകളിൽ സഹനജീവിതം നയിച്ച കമ്യൂണിസ്റ്റ് കുടുംബങ്ങളെ അനുസ്മരിച്ച് അവരുടെ പ്രവർത്തനങ്ങളെ അക്കമിട്ട് നിരത്തി. അതിൽ ഉണ്ണിക്കൃഷ്ണൻ നമ്പൂതിരിയുടെയും കുടുംബത്തിന്റെയും സംഭാവനകളെക്കുറിച്ചും പിണറായി പരാമർശിച്ചു. ഒടുവിൽ ഉണ്ണിക്കൃഷ്ണൻ നമ്പൂതിരിയെ കമ്യൂണിസ്റ്റ് സഹയാത്രികനായ നടനെന്ന് വിളിക്കാമെന്നും കൂട്ടിച്ചേർത്തു. പിന്നീട് പലവേദികളിലും ഉണ്ണിക്കൃഷ്ണൻ നമ്പൂതിരി ഈ കാര്യം പറയും. നടനെന്നു വിളിക്കുന്ന സംഘാടകരോട് തന്റെ കമ്യൂണിസ്റ്റ് കൂറും സ്നേഹവും തുറന്നുപറയും. പാർട്ടി പരിപാടികളിൽ നടനെന്ന് അഭിസംബോധന ചെയ്ത് ക്ഷുഭിതനായിട്ടുമുണ്ട്. 2011 ലെ നിയമസഭാ തെരഞ്ഞെടുപ്പ് പയ്യന്നൂർ മണ്ഡലം എൽഡിഎഫ് സ്ഥാനാർത്ഥി സി കൃഷ്ണന്റെ പ്രചരണപരിപാടി. വെള്ളൂർ ജവഹർ വായനശാലയിൽ. യോഗം ഉദ്ഘാടനം ചെയ്യാൻ ക്ഷണിച്ചിരുന്നത് ഉണ്ണിക്കൃഷ്ണൻ നമ്പൂതിരിയെയായിരുന്നു. പരിപാടിക്കെത്തിയ അദ്ദേഹം നോട്ടീസ് എടുത്തു വായിച്ചു. ഉദ്ഘാടകൻ സിനിമാ നടൻ ഉണ്ണിക്കൃഷ്ണൻ നമ്പൂതിരി എന്നുകണ്ടതോടെ ദേഷ്യം വന്നു. അധ്യക്ഷൻ ഉദ്ഘാടനം ചെയ്യാൻ നടൻ ഉണ്ണിക്കൃഷ്ണൻ നമ്പൂതിരിയെ ക്ഷണിക്കുന്നുവെന്നു പറഞ്ഞതോടുകൂടി ദേഷ്യം ഇരട്ടിച്ചു. പ്രസംഗിക്കാൻപോലും കൂട്ടാക്കാതെ പ്രതിഷേധം അറിയിച്ചു. ഒടുവിൽ വേദിയിൽ സന്നിഹിതനായ സി പി ഐ എം ജില്ലാ സെക്രട്ടറിയേറ്റംഗം വി നാരായണൻ മൈക്കിനുമുന്നിൽ എത്തി സിനിമാനടനെന്നതി

ലുപരി കമ്യൂണിസ്റ്റുകാരനായ ഉണ്ണിക്കൃഷ്ണൻ നമ്പൂതിരി എന്ന് പറഞ്ഞപ്പോഴാണ് പ്രസംഗിച്ചതും ചരിത്രം വിവരിച്ചതും. തൊണ്ണൂറ്റി രണ്ട് വയസ്സ് പിന്നിട്ടെങ്കിലും കലാസമിതികളുടെയും സാംസ്കാരികസംഘടനകളുടെയും വാർഷികാഘോഷങ്ങളുടെയും സാംസ്കാരിക പരിപാടികളുടെയും ഉദ്ഘാടകനായി ഇദ്ദേഹമുണ്ടാകും. ഒരുദിവസം തന്നെ രണ്ടും മൂന്നും പരിപാടികളിലൊക്കെ പങ്കെടുത്തിരുന്നു. സിനിമയിലെ പുതുമുഖങ്ങൾ ഉദ്ഘാടനത്തിനും പരിപാടികൾക്കും പതിനായിരങ്ങൾ ആവശ്യപ്പെടുന്നതിനിടയിലാണ് ഉണ്ണിക്കൃഷ്ണൻ നമ്പൂതിരി പ്രതിഫലംപോലും വാങ്ങാതെ പരിപാടികളിൽ പങ്കെടുക്കുന്നത്. തന്റെ രാഷ്ട്രീയജീവിതവും പഴയതലമുറയുടെ സഹനങ്ങളും പങ്കുവച്ച് ജനതയെ ഉണർത്താനുള്ള ഉദ്യമത്തിന് നേതൃത്വം നൽകുന്നത്.

കമ്യൂണിസ്റ്റ് പാർട്ടിയുടെ സമാരാധ്യരായ നേതാക്കളുടെ പേരോ സ്ഥാനമോ തൊണ്ണൂറു പിന്നിട്ടിട്ടും ഉണ്ണിക്കൃഷ്ണൻ നമ്പൂതിരിക്ക് തെറ്റാറില്ല. ഓർമ്മക്കുറവ് അല്പാല്പമുണ്ടെങ്കിലും പ്രിയ നേതാക്കളെക്കുറിച്ച് ചോദിച്ചാൽ വാചാലനാകും. പ്രായത്തിനും തളർത്താനാവാത്ത ആവേശത്തോടെ അദ്ദേഹം ഓർമ്മ പങ്കുവയ്ക്കും. ഉണ്ണിക്കൃഷ്ണൻ നമ്പൂതിരിയുടെ രാഷ്ട്രീയബോധം പലപ്പോഴും സംവിധായകർക്കും സിനിമാപ്രവർത്തകർക്കും വിനയായി തീർന്നു. കേരളത്തിലെ കമ്യൂണിസ്റ്റ് മുന്നേറ്റം പ്രതിപാദിക്കുന്ന *യുഗപ്പിറവി* ഡോക്യുഫിഷന്റെ ഷൂട്ടിങ്. പുല്ലേരി ഇല്ലക്കുളത്തിന്റെ കരയിലാണ് ലൊക്കേഷൻ. ഒളിവിൽക്കഴിയുന്ന പി കൃഷ്ണപിള്ള, എ കെ ജി, ഇ എം എസ് എന്നീ നേതാക്കൾ കൺമുന്നിലൂടെ കടന്നുപോകുമ്പോൾ അവരുടെ പേര് ഉണ്ണിക്കൃഷ്ണൻ നമ്പൂതിരി പറയുന്ന രംഗത്തിന്റെ ചിത്രീകരണം. സംവിധായകൻ നിർദ്ദേശങ്ങളെല്ലാം നൽകി. കൃഷ്ണപിള്ളയായി വേഷമിട്ട നടൻ മുന്നിലൂടെ കടന്നുപോയപ്പോൾ ആവേശത്തോടെ സഖാവ് കൃഷ്ണപിള്ളയെന്ന് ഉറക്കെ വിളിച്ചുപറഞ്ഞു. തൊട്ടുപിന്നാലെ എ കെ ജിയും ഇ എം എസും കടന്നുപോയി അവരെയും പേരെടുത്തു വിളിച്ചു. സംവിധായകനും ക്യാമറാമാനും രംഗം പൂർത്തിയായതിന്റെ സന്തോഷത്തിൽ നിൽക്കെ ഉണ്ണിക്കൃഷ്ണൻ നമ്പൂതിരി സുന്ദരയ്യ എന്നും ഉറക്കെ വിളിച്ചുപറഞ്ഞു. യൂണിറ്റിലുള്ളവർ നിരാശരായി. രംഗം വീണ്ടും ഷൂട്ട് ചെയ്യണമെന്ന് സംവിധായകൻ നിർദ്ദേശിച്ചു. അവർ ഓടി ഉണ്ണിക്കൃഷ്ണൻ നമ്പൂതിരിയുടെ അരികിലെത്തി മുത്തച്ഛാ സുന്ദരയ്യ നമ്മുടെ സിനിമയിലില്ല. സുന്ദരയ്യയുടെ പേര് വിളിച്ചുപറയരുത് -ഇരുവരും അപേക്ഷിച്ചു. അയ്യോ എ കെ ജിയെയും ഇ എം എസിയെയും ഓർക്കുമ്പോൾ സുന്ദരയ്യയെ വിട്ടുകളയുകയോ- എനിക്കത് പറ്റില്ല. തെലങ്കാനയുടെ പോരാട്ടവും ഇടതുതീവ്രവാദത്തിനെതിരെ അദ്ദേഹം സ്വീകരിച്ച കടുത്ത നിലപാടും വ്യക്തിജീവിതത്തിൽ പുലർത്തിയ മൂല്യങ്ങളും ഇടതടവില്ലാതെ വിശദീകരിച്ചു. കൃഷ്ണപിള്ളയ്ക്കും എ കെ ജിക്കും ഇ എം എസിനുമൊപ്പം മനസ്സിൽ പതിഞ്ഞ നാമമാണ് സഖാവ് സുന്ദരയ്യയുടെയും... ഉണ്ണിക്കൃഷ്ണൻ നമ്പൂതിരിയുടെ മറുപടി.

കോടിയേരി ബാലകൃഷ്ണനൊപ്പം

ഒടുവിൽ സംവിധായകൻ പ്രമോദ് പയ്യന്നൂർ കേരളത്തിലെ കമ്യൂണിസ്റ്റ് പാർട്ടിയുടെ ചരിത്രത്തെയാണ് *യുഗപ്പിറവി*യിലൂടെ ആവിഷ്കരിക്കുന്നതെന്നൊക്കെ പറഞ്ഞ് അദ്ദേഹത്തെ ശാന്തനാക്കി. രംഗം വീണ്ടും പകർത്തി. സംവിധായകൻ ആകുലപ്പെട്ടു. വീണ്ടും സുന്ദരയ്യ എന്നു പറഞ്ഞാൽ. പക്ഷേ ഇത്തവണ ഉണ്ണിക്കൃഷ്ണൻ നമ്പൂതിരി കഥാപാത്രമായി മാറി. തകർത്ത് അഭിനയിച്ചു. കമ്യൂണിസ്റ്റ് പാർട്ടിയും നേതാക്കളും ജീവവായുപോലെയാണ് ഉണ്ണിക്കൃഷ്ണൻ നമ്പൂതിരിക്ക്. പാർട്ടി പ്രതിസന്ധി നേരിടുന്ന വേളയിലെല്ലാം സമരവീര്യം ഉണരും. പാർട്ടി വേദിയിൽ സാന്നിദ്ധ്യമറിയിച്ച്.......നേതാക്കൾക്ക് പിന്തുണ പ്രഖ്യാപിച്ച് ആവേശത്തോടെ ഓടിയെത്തും. കാലപ്രവാഹത്തിൽ കടപുഴകി വീഴാത്ത കമ്യൂണിസ്റ്റ് മനസ്സാണ് അക്ഷരാർത്ഥത്തിൽ ഉണ്ണിക്കൃഷ്ണൻ നമ്പൂതിരി.

സി പി ഐ എമ്മിന്റെയും ഇടതുപക്ഷത്തിന്റെയും നേതാക്കളുമായി ആത്മബന്ധം സൂക്ഷിക്കുന്ന ഉണ്ണിക്കൃഷ്ണൻ നമ്പൂതിരിയുടെ പ്രിയപ്പെട്ട നേതാവ് പിണറായി വിജയനാണ്. വിജയാ.... എന്നുവിളിക്കാൻ പാകത്തിലുള്ള അടുപ്പമുണ്ട്. പാർട്ടിയുടെ നേതാവെന്ന നിലയിൽ മുമ്പേ പിണറായിയെ അറിയാമെങ്കിലും ഇരുവരും തമ്മിലുള്ള സൗഹൃദം ദൃഢമായത് പയ്യന്നൂർ അസംബ്ലി മണ്ഡലത്തിൽ എൽ ഡി എഫ് സ്ഥാനാർത്ഥിയായി പിണറായി ജനവിധി തേടിയ നാളുകളിലാണ്. ഗൃഹസന്ദർശനത്തിന്റെ ഭാഗമായി പിണറായി മുൻ എം പിയും സി പി ഐ (എം) സംസ്ഥാന കമ്മിറ്റിയംഗവുമായിരുന്ന ടി ഗോവിന്ദനൊപ്പം ഇല്ലത്തെത്തി. കാര്യങ്ങളൊക്കെ സംസാരിച്ചു. ഇറങ്ങാൻ നേരം പിണറായിയോട് പറഞ്ഞു ബഹുഭൂരിപക്ഷതോടെ ജയിക്കും. സംശയം വേണ്ട.. വാക്ക് അന്വർത്ഥമായി.

ബഹുഭൂരിപക്ഷത്തോടെ പയ്യന്നൂരിൽനിന്ന് പിണറായി എം എൽ എയായി. മന്ത്രിയായി. കേരളം കണ്ട ഏറ്റവും മികച്ച ഭരണാധികാരിയായി. ആ ബന്ധം ഇപ്പോഴും തുടരുന്നു.

"പിറന്നാൾ ദിനത്തിലെല്ലാം പിണറായിയെ ക്ഷണിക്കും. സൗകര്യപ്പെട്ടാൽ എത്തും. പറ്റില്ലെങ്കിൽ മുൻകൂട്ടി അറിയിക്കും. നവതിയാഘോഷ ചടങ്ങിന് രാവിലെ വന്നു. ഉച്ചഭക്ഷണം ഒന്നിച്ചിരുന്ന് കഴിച്ചു. ഭാര്യ കമല ടീച്ചറും കൂടെയുണ്ടായിരുന്നു. കുടുംബാംഗങ്ങൾക്കൊപ്പം കുറെസമയം ചെലവഴിച്ചു. എ കെ ജിയുടെ മട്ടാണ് വിജയന്. ഒന്നിനും കൂസാത്ത പ്രകൃതം. ഉത്തമ കമ്യൂണിസ്റ്റും. സൗകര്യപ്പെടുമ്പോഴൊക്കെ ഇല്ലത്തു വരാറുണ്ട്. ഇല്ലെങ്കിൽ വല്ലപ്പോഴും വിളിക്കും. പുലർച്ചെ എഴുന്നേറ്റ് യോഗചെയ്യുന്ന പതിവുണ്ടായിരുന്നു എനിക്ക്. പത്മാസനം ചെയ്യുന്ന കാര്യമൊക്കെ സംസാരിക്കുകയായിരുന്നു. കസേരയിൽനിന്ന് എഴുന്നേറ്റ് സിദ്ധാസനം ചെയ്യേണ്ട രീതി എനിക്ക് കാണിച്ചുതന്നു. കുറച്ചു നാൾ അതും ചെയ്തു. ഇപ്പോൾ അവശതകൊണ്ട് കഴിയുന്നില്ല. രാവിലെ തേവാരവും മറ്റും കഴിക്കും. കുറിയൊക്കെ തൊട്ട് വേദമന്ത്രങ്ങളൊക്കെ ഉരുവിടുകയും പൂജാകർമ്മങ്ങൾ ചെയ്യുകയും ചെയ്യുന്നതിനാൽ പലരും ചോദിച്ചിട്ടുണ്ട്, ഇയാൾ കമ്യൂണിസ്റ്റോ? പക്ഷേ എനിക്ക് ഉറപ്പാണ് ഞാൻ നൂറുശതമാനം കമ്യൂണിസ്റ്റും നൂറുശതമാനം വിശ്വാസിയുമാണ്. കുടുംബക്ഷേത്രമായ കോറോം വരരുചിമംഗലം മഹാവിഷ്ണു ക്ഷേത്രത്തിലെ തന്ത്രിയായി ഇന്നും കർമ്മങ്ങൾക്ക് നേതൃത്വം നല്കുന്നത് ഞാനാണ്. സായിബാബയോടും തികഞ്ഞ ആരാധകന. എട്ടുവർഷം പുട്ടവർത്തിയിലെ സായി ആശ്രമത്തിൽ പോയി. വിശ്വാസത്തെയും കമ്യൂണിസത്തെയും മുറുകെപ്പിടിച്ചുള്ള ജീവിതം. രണ്ടിനും പോറൽ ഏല്പിക്കാതെ മുന്നോട്ട് കൊണ്ടുപോകുന്നു. മതത്തെയും രാഷ്ട്രീയത്തെയും ഒന്നാക്കി സാഹോദര്യം തകർക്കുന്നതാണ് ഈ കാലം. കറപുരളാത്ത കമ്യൂണിസ്റ്റ് മൂല്യത്തെയും വിശ്വാസത്തെയും ഒറ്റച്ചരടിൽ കോർത്ത് മരിക്കുന്നതു വരെ കൊണ്ടുപോവും.

കമ്യൂണിസ്റ്റ്പാർട്ടിയുടെ ഒട്ടുമിക്ക നേതാക്കളും എന്റെ ഉറ്റസുഹൃത്തുക്കളാണ്. സി പി ഐ (എം) സംസ്ഥാന സെക്രട്ടറി കോടിയേരി ബാലകൃഷ്ണൻ, പൊളിറ്റ് ബ്യൂറോ അംഗം എം എ ബേബി, കേന്ദ്ര കമ്മിറ്റി അംഗങ്ങളായ ഇ പി ജയരാജൻ, പി കരുണാകരൻ, പി കെ ശ്രീമതി, പി ജയരാജൻ, എം ബി രാജേഷ് എംപി, ടി വി രാജേഷ് എംഎൽഎ, എം സ്വരാജ് തുടങ്ങി തലമുറഭേദമില്ലാതെ എല്ലാവരുമായി ഹൃദയബന്ധം സൂക്ഷിക്കുന്നു".

സരസനായ വിദ്യാർത്ഥി

"പാർട്ടി ഏല്പിച്ച അഗ്നിപരീക്ഷണങ്ങളെ അസാധാരണമാംവിധം അതിജീവിച്ച സുബ്രഹ്മണ്യഷേണായിയെ എ കെ ജി വിശേഷിപ്പിച്ചത് ഒരു ക്ലാസിലും തോൽക്കാത്തവൻ എന്നായിരുന്നു. എന്നാൽ ഒരു ക്ലാസിൽ മൂന്നുതവണ ഇരുന്ന് ചരിത്രം സൃഷ്ടിച്ച എന്നെ പഠിപ്പിൽ പടുവെന്നാണ് എ കെ ജി വിശേഷിപ്പിക്കാറുള്ളത്. ഒളിവിലും തെളിവിലും ഇല്ലത്തെത്തുന്ന എ കെ ജിയെ ചുറ്റിപ്പറ്റി നില്ക്കുന്ന എന്നോട് പുസ്തകം വായിക്കാനും പഠിക്കാനും എ കെ ജി ആവശ്യപ്പെടാറുണ്ടായിരുന്നു. ഓരോ ക്ലാസിലും രണ്ടും മൂന്നും വർഷം തോൽക്കുന്നതിനെ കളിയാക്കി "നിന്നെ ഒന്നിനും കൊള്ളില്ലെടാ" എന്നായിരിക്കും എ കെ ജിയുടെ കമന്റ്. അപ്പോൾ പറയും "ഞാൻ വിപ്ലവകാരിയാകും ഗോപാലേട്ടാ.." "പൊലീസിന്റെ ഒരടി കിട്ടിയാൽ സകലതും വിളിച്ചുകൂവുന്ന നിനക്ക് വിപ്ലവകാരിയാവാൻ കഴിയില്ലെടാ ഉണ്ണി" എന്നാണ് ചിരിച്ചുകൊണ്ടുള്ള എ കെ ജിയുടെ മറുപടി. വിപ്ലവകാരിയായില്ലെങ്കിലും എ കെ ജിയുടെ ഉണ്ണി പ്രശസ്തനായി. പഠിപ്പിൽ പരാജിതനായിട്ടും പഠിപ്പുള്ളവരെക്കാൾ പേരുള്ള വ്യക്തിയായി.

"1923 നവംബറിലാണ് പിറന്നത്. പ്രാഥമികപാഠശാല ഇല്ലത്തിന്റെ ഉടമസ്ഥതയിലുള്ള ദേവിസഹായം എലിമെന്ററി സ്കൂളായിരുന്നു. തട്ടിവീഴാതെ അഞ്ചാം ക്ലാസുവരെ കടന്നുകൂടി. വേദാധ്യയനവും ഈ കാലത്തായിരുന്നു. ചേറ്റൂർ ഗോവിന്ദൻ നമ്പൂതിരിയായിരുന്നു വേദാധ്യാപകൻ. ഉപനയനത്തിനുശേഷം മൂന്നുവർഷം വേദം പഠിച്ചു. അമ്മയുടെ അമ്മാവന്റെ അമ്മാവനായിരുന്നു ഗോവിന്ദൻ നമ്പൂതിരി. വേദസംബന്ധമായ കാര്യങ്ങളിലൊക്കെ അഗാധമായ പാണ്ഡിത്യം അദ്ദേഹത്തിനുണ്ടായിരുന്നു. ചങ്ങട, പദം, ശാഖ ഇവകൂടാതെ പുരുഷസൂക്തം, ഭാഗ്യസൂക്തം, ശ്രീരുദ്രം, ശ്രീ സൂക്തം, പുണ്യാഹം, തുടങ്ങിയ മന്ത്രങ്ങളി

ലും ഗണപതിഹോമം, വിഷ്ണുപൂജ തുടങ്ങിയ കാര്യങ്ങളിലും അറിവ് നേടി. ഗോവിന്ദൻ നമ്പൂതിരിയുടെ മകൻ കൈപ്രവൻ ഗോവിന്ദൻനായർ ഈ നാട്ടിലെ പ്രധാന പാട്ടക്കാരനായിരുന്നു. അദ്ദേഹത്തിന്റെ മകനാണ് ചെന്നൈയിലെ വ്യവസായിയും കേരളസമാജം പ്രസിഡന്റുമായിരുന്ന ഇ പി ജി നമ്പ്യാർ. അദ്ദേഹത്തിന് വലിയ സ്നേഹമാണ് എന്നോട് ഉണ്ടായിരുന്നത്. എന്റെ പേരുപറഞ്ഞാൽ മതി. എല്ലാസൗകര്യവും നൽകും.

"ഇല്ലത്തെ കുട്ടിയായതിനാൽ സ്കൂളിൽ സഹപാഠികൾക്കൊക്കെ വലിയ കാര്യമായിരുന്നു. എന്റെ വികൃതികളും കുസൃതികളും അതുകൊണ്ട് അവർ പൊറുത്തു. അഞ്ചാം ക്ലാസ് പാസായി. മെട്രിക്കുലേഷൻ നേടാനായി പയ്യന്നൂർ ബോർഡ് ഹൈസ്കൂളിൽ ചേർന്നു. കോറോത്തു നിന്നും വയലിലൂടെ നടന്നുവേണം സ്കൂളിലെത്താൻ. ജ്യേഷ്ഠൻ കേശവൻ നമ്പൂതിരിയും കൂടെയുണ്ടാകും. മൂരിക്കൊവ്വൽ വിശാലമായ മൈതാനമാണ്. കുട്ടികളും മുതിർന്നവരും ഫുട്ബോൾ കളിച്ചിരുന്നത് ഇവിടെയാണ്. സ്കൂളിലേക്കുള്ള യാത്ര ഇതിലൂടെയായതോടെ കളിക്കമ്പം കൂടി. രാവിലെ വീട്ടിൽനിന്ന് ഇറങ്ങിയാൽ സന്ധ്യയായാലേ വീട്ടിലെത്തൂ. സ്കൂൾ വിട്ടാൽ കളിക്കളത്തിലേക്കാണ് ഓട്ടം. നന്നായി ഫുട്ബോൾ കളിക്കും. കളി ലഹരിയിൽ പഠനം അവതാളത്തിലായി. ആറാം ക്ലാസിൽ ആദ്യതവണ പരാജയപ്പെട്ടു. അടുത്തവർഷം ജയിക്കാം എന്നായിരുന്നു പ്രതീക്ഷ. ആ വർഷവും തോറ്റു. അടുത്തവർഷവും തോൽവി ആവർത്തിച്ചു. മൂന്നാംവർഷം കരകയറ്റി. പരാജയത്തിൽനിന്ന് പാഠം പഠിക്കുമെന്നായിരുന്നു അധ്യാപകരുടെ കണക്കുകൂട്ടൽ. പ്രതീക്ഷ തെറ്റിച്ചു. മറ്റു ക്ലാസുകളിലും ആറാം ക്ലാസിലെ തോൽവിയുടെ ആവർത്തനം. പത്താം ക്ലാസുവരെ ഇത് തുടർന്നു. വിദ്യാലയ ജീവിതം അവസാനിപ്പിക്കുന്നതിനിടെ സമപ്രായക്കാരായ പലരും വിവാഹിതരായി. ചിലർ ഉപരിപഠനത്തിനായി കോളേജിൽ ചേർന്നു. തുടർച്ചയായ തോൽവിയോ മറ്റുള്ളവരുടെ കളിയാക്കലോ നിരാശനാക്കിയില്ല. ഒരോവർഷവും കൂടുതൽ ആവേശത്തോടെ സ്കൂളിൽ എത്തി. ഫുട്ബോൾ കളിയും സ്റ്റുഡന്റ്സ് ഫെഡറേഷന്റെ പ്രവർത്തനവും അഭംഗുരം തുടർന്നു. അൽപം കലാപ്രവർത്തനത്തിലും കഴിവുതെളിയിച്ചു. പ്രച്ഛന്നവേഷ മത്സരങ്ങളിൽ പങ്കെടുത്ത് സമ്മാനങ്ങൾ നേടി. കുറത്തിയുടെയും മുക്കുവത്തിയുടെയും വേഷമാണ് കെട്ടാറുള്ളത്. കലാരംഗത്തെ കഴിവ് പ്രകടമാക്കിയെങ്കിലും തോറ്റു പഠിക്കുന്ന ഉണ്ണിയുടെ കലാമികവുകളൊന്നും അംഗീകരിക്കപ്പെട്ടിരുന്നില്ല. ആരും തിരിച്ചറിയാതെപോയ കലാവാസനയെ ജയരാജാണ് കണ്ടെത്തിയത്. എഴുപത്തിയാറാമത്തെ വയസ്സിൽ".

ക്ലാസിൽ അല്പം രസികത്തമൊക്കെ കാണിച്ചിട്ടുണ്ട്, ഉണ്ണികൃഷ്ണൻ നമ്പൂതിരി. അധ്യാപകർ ക്ലാസെടുക്കുമ്പോൾ തമാശയൊക്കെ പറഞ്ഞ് സഹപാഠികളെ ചിരിപ്പിക്കും. സർവ്വെ ഓഫ് ഇന്ത്യയിൽ ജോയിന്റ് ഡയറക്ടറായിരുന്ന ടി എം ജി നമ്പീശൻ തന്റെ പഴയ ക്ലാസ്മേറ്റിനെക്കുറിച്ച് ആത്മകഥയായ *REMINISCENCES- THE STORY OF MY LIFE AND WORK* ൽ ഇങ്ങനെ എഴുതി:

Our English Teacher Adi Narayana Iyer was very lucid and pleasant in his teaching. Apart from doing lessons, he used to discuss general topics with us. Oneday, while discussing the political situation, he made a remark that communists had no brains. The class with many of the students in the fold of student federation, did not relish this and they protested and asked how people like EMS, AKG etc. could be categorized as people without brains. The teacher explained that every rule has some exceptions and these people were exceptions and what he said was only the general case. The discussion contunied. After some time a student, unnikrishnan namboothiri stood up and waited to say something. When premitted to do so, he said that all the teachers of the school were fools. The teacher was caught unaware and he protested, but the author of the statement continued saying that ofcourse there were expections to the rule, like our teacher. The teacher as well as the class got the message and all of us had a hearty laugh.

കമ്യൂണിസ്റ്റുകാരെ അപഹസിക്കാനുള്ള നീക്കത്തെ പ്രതിരോധിക്കാൻ എപ്പോഴും ശ്രമിച്ചിട്ടുണ്ട്. അതിന്റെ തുടക്കമായിരുന്നു ഈ സംഭവം. ചൂരൽവടിയും തീപാറുന്ന നോട്ടവുമായി കുട്ടികളെ നേരിട്ട കാലത്താണ് ഇത്. അധ്യാപകനെപ്പോലും നിശ്ശബ്ദമാക്കുന്ന സരസമായ പ്രതികരണമായിരുന്നു ഇത്. കേട്ടവരെയെല്ലാം ഇത് രസിപ്പിച്ചു.

ക്ലാസ് സമയത്ത് അധ്യാപകൻ കാണാതെ തമാശപൊട്ടിച്ച് കൂട്ടുകാരെ ചിരിപ്പിച്ച് തല്ലുവാങ്ങിക്കൊടുക്കുന്നതിലും വിരുതനാണ് ഉണ്ണിക്കൃഷ്ണൻ നമ്പൂതിരിയെന്ന് ടി എം ജി നമ്പീശൻ അനുഭവ തീവ്രതയോടെ ആവിഷ്കരിച്ചിട്ടുണ്ട്.

വിദ്യാർത്ഥി പ്രസ്ഥാനത്തിലൂടെ ആർജ്ജിച്ചെടുത്ത കമ്യൂണിസ്റ്റ് ബോധത്തിന്, അനീതിയെ എതിർക്കാനുള്ള ആർജ്ജവത്തിന് ഇന്നും കോട്ടം തട്ടിയിട്ടില്ല. പത്താം ക്ലാസിൽ പരാജയപ്പെട്ടതോടെ പഠനം നിർത്തി, ഇല്ലത്തെ കൃഷിയിലും മറ്റും വ്യാപൃതനായി. ഇതിനിടെ സൈന്യത്തിൽ സെലക്ഷൻ ലഭിച്ചു. ബംഗളൂരുവിലെ ജലഹള്ളിയിലായിരുന്നു പരീശീലനം. സ്കൂൾകാലത്തെ ഫുട്ബോൾ കളിയും മറ്റും പരിശീലനം എളുപ്പമാക്കി. പരിശീലനത്തിൽ പ്രാഗത്ഭ്യവും തെളിയിച്ചതിനാൽ ഓഫീസർമാർക്കൊക്കെ വലിയ ഇഷ്ടമായി. ഉയർന്ന ഓഫീസർമാർക്കും സൈനികർക്കിടയിലും പ്രകൃതവും ആവേശവും കാരണംഉണ്ണി വളരെ പ്രിയങ്കരനായിരുന്നു. “എയർ കമാൻഡർ പദവിയായിരുന്നു സെലക്ഷൻ ലഭിച്ചപ്പോൾ ഉണ്ടായിരുന്ന സ്വപ്നം. പരിശീലനം പൂർത്തിയാക്കാൻ മാസങ്ങൾ അവശേഷിക്കെ വർണ്ണാന്ധതയുടെ പേരിൽ പിരിച്ചുവിട്ടു. കടുത്ത മാനസികവിഷമത്തോടെ നാട്ടിലേക്ക് മടങ്ങി. സൈന്യാധിപൻ

രജനീകാന്തിനൊപ്പം

ആവാൻ പോയവൻ തിരിച്ചുവന്നുവോ....കാണുന്നവരല്ലാവരും പരിഹസിച്ചു. വീണ്ടും കൃഷിപ്പണിയിൽ മുഴുകി. നാലേക്കർ നിലമുണ്ടായിരുന്നു. ചെലവും വരുമാനവും ഒത്തുപോകാത്ത സ്ഥിതി. ഒടുവിൽ കൃഷിനിലങ്ങൾ ഒന്നൊന്നായി ഒഴിയേണ്ടിവന്നു. കുറെ ഭൂമി വിറ്റു. മറ്റുള്ളവ നടത്താൻ പറ്റാത്ത സ്ഥിതിയിലായി. ജീവിതത്തിലെ ചില വെല്ലുവിളികൾ. തകർന്നുപോകുമെന്ന് കരുതി. കുട്ടികളെയും കുടുംബത്തെയും കരകയറ്റാനുള്ള കാര്യം ആലോചിച്ച് കരഞ്ഞുപോയി".

ഇന്നുകാണുന്ന ഈ ചിരിക്കുപിന്നിൽ കണ്ണീരുപ്പുകലർന്ന ഗതകാലമുണ്ട്. 1960 ൽ ദേവിസഹായം സ്കൂളിൽ ശിപായിയായി ജോലിയിൽ പ്രവേശിച്ചു. മറ്റുള്ളവർ മാനേജരാണെന്നായിരുന്നു കരുതിയിരുന്നത്. ശിപായിയായി ജോലി ചെയ്യാൻ തുടങ്ങിയതോടെ അതും മാറി. 22 കൊല്ലക്കാലം ശിപായിയായി പണിയെടുത്തു. വലിയ ആശ്വാസമായിരുന്നു ജോലി. കുടുംബകൃഷിയൊക്കെ നടത്തി കടംകേറി നില്ക്കുന്ന സമയമായിരുന്നു. കുട്ടികളെ പഠിപ്പിക്കാനും പെൺമക്കളുടെ വിവാഹം നന്നായി നടത്താനും കഴിഞ്ഞത് ജോലി കിട്ടിയതിനാലാണ്. ഇപ്പോൾ സർവീസ് പെൻഷനും ലഭിക്കുന്നു. അതുകൊണ്ട് കാര്യങ്ങളൊക്കെ മുട്ടില്ലാതെ നടക്കുന്നു.

1958 ൽ ചെർപ്പുളശ്ശേരി കാറൽമണ്ണ തെക്കുംപുറത്ത് മനയിലെ ലീലാഅന്തർജ്ജനത്തെ വിവാഹം കഴിച്ചു. പുരോഗമനവീക്ഷണം പുലർത്തുന്ന കുടുംബമായിരുന്നു അവരുടേത്. പുല്ലേരി ഇല്ലത്തെ കമ്യൂണിസ്റ്റ് വീക്ഷണവുമായി അവർ വേഗം പൊരുത്തപ്പെട്ടു. അടിയന്തിരാ

വസ്ഥക്കാലത്ത് ഇല്ലത്ത് ഒളിവിൽ കഴിഞ്ഞിരുന്ന കമ്യൂണിസ്റ്റ് നേതാക്കൾക്ക് സൗകര്യം ഒരുക്കുന്നതിൽ അമ്മയുടെ പാത പിന്തുടർന്നു. ടി ഗോവിന്ദൻ, സി കൃഷ്ണൻ, കെ രാഘവൻ, സി ആർ പി ബാലൻ തുടങ്ങിയ നേതാക്കളും പ്രവർത്തകരും ഒളിവിൽക്കഴിയാൻ എത്തി. ജീവിതത്തിനും പ്രവർത്തനത്തിനും വലിയ പിന്തുണ നൽകി. "നാലു മക്കളാണ് ഉള്ളത്. മൂത്തമകൾ ദേവകി. അവരുടെ ഭർത്താവാണ് കൈതപ്രം ദാമോദരൻ നമ്പൂതിരി. സിനിമാപ്രവേശനത്തിനുള്ള കാരണവും പ്രോത്സാഹനവുമെല്ലാം ദാമോദരൻ മാത്രമാണ്. *മാതൃഭൂമി*യിൽ പ്രൂഫ് റീഡറായി പ്രവർത്തിക്കുകയാണ്. ചെറിയവരുമാനം മാത്രമേ അന്നുണ്ടായിരുന്നുള്ളൂ. മറ്റുസമയങ്ങളിൽ ശാന്തിയും ചെയ്യും. കവി എൻ എൻ കക്കാട് വഴി വിവാഹ ആലോചന. കക്കാടിന്റെ ഭാര്യ ശ്രീദേവി അന്തർജ്ജനം ഞങ്ങളുടെ ബന്ധുവാണ്. അവരുടെ സഹോദരിയാണ് കേശവേട്ടന്റെ ഭാര്യ ദേവസേന അന്തർജ്ജനം. ആ വഴിയായിരുന്നു കൈതപ്രം വിവാഹബന്ധം വന്നത്. ദാമോദരന്റെ ഇല്ലവും കുടുംബവുമൊക്കെയായി നേരത്തെ പരിചയമുണ്ടായിരുന്നു. കോറോത്തിന്റെ അയൽ ദേശമായ കൈതപ്രത്തെ കണ്ണാടി ഇല്ലക്കാർ. ചെമ്പൈ വൈദ്യനാഥഭാഗവതരുടെ ശിഷ്യനായിരുന്നു ദാമോദരന്റെ അച്ഛൻ. സംഗീതവും പാണ്ഡിത്യവും പൈതൃകമായി ലഭിച്ച കുടുംബത്തിലേക്ക് മകളെ ഏല്പിക്കുന്നതിൽ അഭിമാനമേ ഉണ്ടായിരുന്നുള്ളൂ. *മാതൃഭൂമി*യിൽ ജോലി ചെയ്യുമ്പോഴാണ് സിനിമയിൽ പാട്ടെഴുത്തിനുള്ള നിയോഗം കൈതപ്രത്തിന് കൈവരുന്നത്. ഫാസിൽ സംവിധാനം ചെയ്ത *എന്നെന്നും കണ്ണേട്ടന്റെ* എന്ന ചിത്രത്തിനായിരുന്നു ആദ്യം പാട്ടെഴുതിയത്. ദേവദുന്ദുഭീ എന്ന ഹിറ്റ് ഗാനം പിറന്നതോടെ മലയാള സിനിമയുടെ മികച്ച ഗാനരചയിതാവിന്റെ സംഗീത പ്രയാണത്തിനും തുടക്കമായി. മുന്നൂറ്റമ്പതോളം ചിത്രങ്ങളിൽ ഗാനരചന നടത്തിയ കൈതപ്രം ദാമോദരൻ നമ്പൂതിരി കവി, സംഗീതസംവിധായകൻ, സംവിധായകൻ, തിരക്കഥാകൃത്ത്, അഭിനേതാവ് ഈ നിലകളിലെല്ലാം സിനിമയുടെ നിറസാന്നിദ്ധ്യമാണ്.

"ആ കൈതപ്രത്തിന്റെ കരലാളനത്തിലാണ് ഞാനും നടനായി ത്തീർന്നത്. ദേവകി-ദാമോദരൻ ദമ്പതികൾക്ക് രണ്ടുമക്കൾ. ദീപാങ്കുരനും ദേവദർശനും. ദീപാങ്കുരൻ അറിയപ്പെടുന്ന സംഗീതജ്ഞൻ. ദേവദർശനും പാട്ടുകാരൻ. അവരുടെ രണ്ടാമത്തെ മകൻ ഭവദാസന്റെ കൂടെയാണ് ഇപ്പോൾകഴിയുന്നത്. കർണാടക ബാങ്ക് കണ്ണൂർ ശാഖയിൽ സീനിയർ മാനേജറാണ് ഭവദാസൻ. ഭാര്യ ഇന്ദിര ദേവിസഹായം യു പി സ്കൂൾ അധ്യാപിക. ആതിര, ആരതി എന്നിവർ മക്കൾ. മറ്റൊരു മകൾ യമുന കൊല്ലത്താണ് താമസം. ഭർത്താവ് പുരുഷോത്തമൻ കേരള മിനറൽ ആൻഡ് മെറ്റൽസ് ഡെപ്യൂട്ടി ജനറൽ മാനേജറാണ്. സച്ചിൻ, നൂപുര എന്നിവർ മക്കൾ. ഹൈക്കോടതിയിലെ പ്രമുഖ അഭിഭാഷകനായ മറ്റൊരു മകൻ പി വി കുഞ്ഞിക്കൃഷ്ണൻ എറണാകുളത്താണ് താമസം. ഭാര്യ നീത. സുമൻ, സുനേന എന്നിവർ മക്കൾ".

മുത്തച്ഛന്റെ മുഖശ്രീ

അഭിനയത്തിന്റെ ലാഞ്ഛന ജീവിതത്തിൽ പ്രകടമാക്കാത്ത ഉണ്ണിക്കൃഷ്ണൻ നമ്പൂതിരി കന്നിച്ചിത്രത്തിലൂടെ മലയാളസിനിമാ ചരിത്രത്തിലെ എണ്ണപ്പെട്ട വ്യക്തിത്വങ്ങളിലൊന്നായി മാറി. ഒട്ടേറെ സിനിമകളിൽ അഭിനയിച്ച് തഴക്കവും പഴക്കവും വന്ന പ്രഗത്ഭമതികളുടെ അഭിനയമികവിനോളമെന്ന് ആസ്വാദകരും ചലച്ചിത്രരംഗത്തുള്ളവരും അഭിനയസിദ്ധിയെ ആവോളം വാഴ്ത്തി. ജീവിതത്തിൽനിന്ന് വേറിട്ട ഒന്നല്ല കലയെന്ന നിലപാടിനെ അന്വർത്ഥമാക്കുകയായിരുന്നു ഉണ്ണികൃഷ്ണൻ നമ്പൂതിരിയുടെ ഭാവപ്പകർച്ച. ചിട്ടയായ സാധനയിലൂടെ കൈവരിക്കുന്ന നവരസഭാവങ്ങളെ കളിയരങ്ങിലെന്നപോലെ കഥാപാത്രത്തിലേക്ക് പകർത്താൻ നിഷ്പ്രയാസം കഴിഞ്ഞുവെന്നതാണ് വെള്ളിത്തിരയിലെ നക്ഷത്രമായി ഉണ്ണിക്കൃഷ്ണൻ നമ്പൂതിരി മാറാൻ കാരണം. ജയരാജിന്റെ *ദേശാടന*മാണ് ഉണ്ണികൃഷ്ണൻ നമ്പൂതിരിയുടെ കന്നിച്ചിത്രം. മാടമ്പ് കുഞ്ഞിക്കുട്ടൻ തിരക്കഥയെഴുതിയ *ദേശാടനം* 1996 ജനുവരി 13ന് തിയറ്ററിലെത്തി. മികച്ച പ്രാദേശികഭാഷാ ചിത്രത്തിനുള്ള ദേശീയ അവാർഡ് അടക്കം നിരവധി പുരസ്കാരം *ദേശാടനം* സ്വന്തമാക്കി. സംസ്ഥാന അവാർഡ് നിർണ്ണയത്തിൽ മഹാനടന്മാർക്കൊപ്പം പാച്ചുവിന്റെ മുത്തച്ഛനായുള്ള ഉണ്ണിക്കൃഷ്ണൻ നമ്പൂതിരിയുടെ അഭിനയമികവും പരിഗണിക്കപ്പെട്ടു. അവാർഡ് നിർണ്ണയസമിതിയുടെ സജീവ ചർച്ചകളിൽ അവസാനവട്ടം വരെ ഉണ്ണിക്കൃഷ്ണൻ നമ്പൂതിരിയും ഉണ്ടായിരുന്നു. കഴിവിനും അഭിനയമികവിനും അപ്പുറം മറ്റു പലതും മാനദണ്ഡമായപ്പോൾ തഴയപ്പെട്ടു.

ഉണ്ണിക്കൃഷ്ണൻ നമ്പൂതിരിയുടെ അഭിനയമികവിന്റെ മറ്റൊരു സാക്ഷ്യമാണ് ഷാഫി സംവിധാനം ചെയ്ത *കല്യാണരാമൻ*. ബെന്നി പി നായരമ്പലം തിരക്കഥ എഴുതിയ റൊമാന്റിക് കോമഡി ചിത്രത്തിൽ തെക്കേടത്ത് രാമൻകുട്ടി എന്ന ദിലീപിന്റെ നായകകഥാപാത്രത്തിന്റെ

മുത്തച്ഛൻ തെക്കേടത്ത് ഗോപാലകൃഷ്ണൻ എന്ന കഥാപാത്രത്തെ അവിസ്മരണീയമാക്കി. സദ്യയൊരുക്കുന്ന പാത്രങ്ങൾക്കൊപ്പം ലോറിയിലാണ് തെക്കേടത്ത് ഗോപാലകൃഷ്ണൻ എന്ന മുതുമുത്തച്ഛന്റെ രംഗപ്രവേശം. "അച്ചുവേ (ലാൽ കഥാപാത്രം).....ഞാൻ എപ്പോഴാ ഇറങ്ങേണ്ടത്" എന്ന ആദ്യ സംഭാഷണം ആസ്വാദകരിൽ ചിരിപടർത്തും. സിനിമയിലെ മുത്തശ്ശിയുടെ വേഷമിട്ട സുബ്ബലക്ഷ്മിയുടെ കഥാപാത്രം കാർത്ത്യായനിയുമായുള്ള അനുരാഗം. കുട്ടിയുടെ കൈപിടിച്ച് സദ്യവട്ടങ്ങളൊരുക്കുന്ന സ്ഥലത്തെത്തിയ കാർത്യായനിയോട് പേരുചോദിച്ചപ്പോൾ ഇടയ്ക്കുകയറി പേരുപറഞ്ഞ കുട്ടിയോട് കുട്ടിയുടെതല്ല, ഈ കുട്ടിയുടേതാ... എന്നായിരുന്നു മുത്തച്ഛന്റെ മറുപടി.

"ഞാൻ തെക്കേടത്ത് ഗോപാലകൃഷ്ണൻ പി പി" എന്ന പരിചയപ്പെടുത്തൽ. സലീം കുമാറിന്റെ കഥാപാത്രത്തിന് തല്ലുവാങ്ങിക്കൊടുക്കുന്ന മുത്തച്ഛന്റെ കൈക്രിയ. ഉണ്ണിക്കൃഷ്ണൻ നമ്പൂതിരിയുടെ അഭിനയനിമിഷങ്ങൾ പ്രേക്ഷകരെ കുടുകുടാ ചിരിപ്പിച്ചു. ഹാസ്യവും ശൃംഗാരവും അനായാസമായി പ്രതിഫലിപ്പിക്കാനാവുമെന്നതിന്റെ ഉത്തമ ദൃഷ്ടാന്തമായിരുന്നു *കല്ല്യാണ രാമനി*ലെ തെക്കേടത്ത് ഗോപാലകൃഷ്ണനിലെ ഉണ്ണിക്കൃഷ്ണൻ നമ്പൂതിരി. കാർത്യായനിയോട് പ്രണയം കൂടാൻ ഫോൺ വിളിച്ച് സല്ലാപം നടത്താൻ ഒരുങ്ങുന്ന ഗോപാലകൃഷ്ണനോട് "ഞാൻ വിചാരിച്ചു തെങ്ങുകയറാൻ വരുന്ന ഗോപാലനാണെന്ന്" എന്ന് കാർത്യായനി പറയുമ്പോൾ വ്യസനവും പ്രയാസവും ഒന്നിച്ചുവിളിച്ചോതുന്ന ഉണ്ണിക്കൃഷ്ണൻ നമ്പൂതിരിയുടെ മുഖഭാവം ജീവിതംപോലെ സ്വാഭാവികവും ആയാസരഹിതവുമാണ് അഭിനയസിദ്ധിയെന്നത് തെളിയുന്നു. ശതാബ്ദി പിന്നിട്ടയാൾ തന്റെ പ്രണയചാപല്യങ്ങൾ അനായാസം അവതരിപ്പിച്ചപ്പോൾ പ്രേക്ഷകർ ദർശിച്ചത് അഭിനയത്തിന്റെ മായാത്ത മുദ്രകൾ തന്നെയായിരുന്നു. അച്ഛന്റെ തകർപ്പൻ അഭിനയം മക്കളെ വേദനിപ്പിച്ചു. "അച്ഛാ ഈ പ്രായത്തിൽ ഇങ്ങനെയൊക്കെ അഭിനയിക്കണമായിരുന്നോ"-അവർ പരിഭവം പറഞ്ഞു. ഇതുകേട്ടപ്പോൾ ഉണ്ണിക്കൃഷ്ണൻ നമ്പൂതിരിക്കും കടുത്ത മനോവിഷമം. മക്കളുടെ മുഖത്തുനോക്കാൻ പ്രയാസപ്പെട്ടു. രാവും പകലും ഇതേക്കുറിച്ച് ചിന്തിച്ച് മനസ്സമാധാനം കിട്ടാത്ത അവസ്ഥയുണ്ടായി. ഇതിനിടെ കലാപ്രോത്സാഹകനും തുരിയം സംഗീതോത്സവത്തിന്റെ സംഘാടകനുമായ സ്വാമി കൃഷ്ണാനന്ദഭാരതി വീട്ടിലെത്തി. കഥകളി അരങ്ങിന്റെ വാർഷികാഘോഷത്തിൽ മുഖ്യാതിഥിയായി പങ്കെടുക്കാൻ ക്ഷണിച്ചു. "നോട്ടീസൊക്കെ അടിച്ചിട്ടുണ്ട് അടൂർ ഗോപാലകൃഷ്ണനാണ് ഉദ്ഘാടകൻ. ആ ദിവസം വൈകിട്ട് നാലുമണിയോടെ റെഡിയാവണം ഞാൻ കാർ അയക്കും."

"ഇത്രയും പറഞ്ഞ് സ്വാമി പോയി. തിരക്കുകൾക്കിടയിൽ ചടങ്ങിന്റെ കാര്യം മറന്നു. ഒരാഴ്ച കഴിഞ്ഞപ്പോൾ വൈകുന്നേരം കാർ വീട്ടുമുറ്റത്തെത്തിയപ്പോഴാണ് പരിപാടിയുടെ കാര്യം ഓർമ്മ വന്നത്. പെട്ടെന്നു തന്നെ ഒരുങ്ങി. അയോധ്യ ഓഡിറ്റോറിയത്തിലായിരുന്നു ചടങ്ങ്. ഗംഭീ

നവ്യാനായർക്കൊപ്പം

രമായ സ്വീകരണം. സദസ്സിൽ പരിചിതരും നാട്ടുകാരും കലാകാരന്മാരും അടങ്ങുന്ന വലിയ സദസ്സ്. അവിടെയെത്തി അടൂരിനെ കണ്ടു കൈകൂപ്പി. അദ്ദേഹം എന്നെ കെട്ടിപ്പിടിച്ച് *കല്യാണരാമനിൽ* ഉണ്ണിയേട്ടൻ തകർത്തു എന്നുപറഞ്ഞു. ഞാൻ, കേൾക്കാത്ത പോലെ വീണ്ടും ചോദിച്ചു എന്താ ഈ പറയണ്. *കല്യാണരാമനി*ലെ അഭിനയത്തെക്കുറിച്ച് അദ്ദേഹം വീണ്ടും ആവർത്തിച്ചു. അടൂർ ഗോപാലകൃഷ്ണനുമായി കൈതപ്രം ദാമോദരൻ നമ്പൂതിരി മുഖേന നേരത്തെ സൗഹൃദം ഉണ്ടായിരുന്നു. സിനിമാലോകത്തെ ആ വലിയ മനുഷ്യന്റെ പ്രശംസ കേട്ടപ്പോൾ സന്തോഷമായി. ആയിരം അവാർഡുകളെക്കാൾ വിലയുള്ള വാക്കുകൾ എന്റെ മനോവിഷമത്തെ ഇല്ലാതാക്കി. അടൂരിനോട് വിവരങ്ങളൊക്കെ തിരക്കുന്നതിനിടെ തിരക്കില്ലെങ്കിൽ ഇല്ലത്ത് വരണമെന്ന് പറഞ്ഞു. അദ്ദേഹം ചിരിച്ചുകൊണ്ട് വരാമെന്നേറ്റു. എന്റെ കൂടെതന്നെ അദ്ദേഹം വന്നു. വിശേഷങ്ങളൊക്കെ പങ്കുവച്ച് അച്ഛന്റെ *കല്ല്യാണരാമനി*ലെ അഭിനയം കലക്കി എന്നൊരു കമന്റും പാസാക്കി."

"84 ാം വയസ്സിൽ ഇത്ര മനോഹരമായി ശൃംഗാരം ആടാൻ ഉണ്ണിയേട്ടനല്ലാതെ വേറെ ആർക്കാ കഴിയുക?", അടൂർ ചോദിച്ചു.

"അടൂരിന്റെ വാക്കുകൾ വീട്ടിലുള്ളവരെയും സന്തോഷിപ്പിച്ചു. അച്ഛന്റെ അഭിനയം അല്പം അതിരുകടന്നുപോയെന്നായിരുന്നു അവരുടെ പരിഭവം. ഹ്രസ്വമായ അഭിനയജീവിതത്തിൽ എനിക്കു ലഭിച്ച ഏറ്റവും മഹത്തായ പുരസ്കാരം തന്നെയാണ് അടൂരിന്റെ വാക്കുകൾ. പ്രേക്ഷകരും സിനിമാസുഹൃത്തുക്കളും നാട്ടുകാരും നല്കിയ നല്ല വാക്കുകളാണ് എന്നും പ്രചോദനം നല്കിയത്. കുടുംബത്തിലെ മുത്തച്ഛനായി ഒതുങ്ങുമായിരുന്ന എന്നെ മലയാളികളുടെ മുത്തച്ഛനാക്കിയത് സിനിമയാണ്. അവാർഡുകളോ പുരസ്കാരങ്ങളോ തേടിയെത്തിയില്ലെങ്കിലും എവിടെവച്ചും ആളുകൾ തിരിച്ചറിയുന്നതുതന്നെ മഹാഭാഗ്യമല്ലേ? സംസ്ഥാന അവാർഡിന്റെ പരിഗണനാ പട്ടികയിൽ ഇടം നേടിയിട്ടും അവാർഡ് കെവിട്ടുപോയതിൽ ഒരു ദുഃഖവും ഉണ്ടായിരുന്നില്ല.

എന്നിലെ നടനെ തിരിച്ചറിയാൻ അവാർഡ് നിർണ്ണയ കമ്മിറ്റി അംഗങ്ങൾക്ക് കഴിഞ്ഞില്ലെങ്കിലും പ്രേക്ഷകർ തിരിച്ചറിഞ്ഞു. എവിടെ തിരിഞ്ഞാലും മുത്തച്ഛാ... എന്നു വിളിച്ച് അവർ അടുത്തുവരുമ്പോൾ, കൈപിടിച്ച് സ്നേഹം പ്രകടിപ്പിക്കുമ്പോൾ കണ്ണീർ വരും.. വൈകിവന്ന ഭാഗ്യത്തെ ഓർത്ത്." മലയാളിയുടെ മനസ്സിൽ ഭാവസിദ്ധികൊണ്ട് അനുഗൃഹീതനായ ഒരു നടന്റെ ഹൃദയവിശുദ്ധിയുടെ ആഴം അറിയാൻ ഈ വാക്കുകൾ തന്നെ അധികമാണ്.

ദിലീപ് സ്ത്രീവേഷത്തിൽ എത്തിയ ബോക്സ് ഓഫീസ് ഹിറ്റ് *മായാമോഹിനി*യാണ് തിയറ്ററിൽ എത്തിയ അദ്ദേഹത്തിന്റെ അവസാനചിത്രം. വടക്കേടത്ത് തറവാട്ടിലെ ഭാസ്കരമാമയായി അദ്ദേഹം വെള്ളിത്തിര കീഴടക്കി. ചിത്രത്തിന്റെ ആദ്യസീൻ തൊട്ട് അവസാനരംഗംവരെയുള്ള ഭാസ്കരൻ മാമയുടെ വാക്കുകളും ഭാവങ്ങളും ചിരിക്കു വകനല്കി. ബിജുമേനോനും വിജയരാഘവനും ബാലചന്ദ്രൻ ചുള്ളിക്കാടും ബാബുരാജുമുള്ള ഒരു സീനിൽ ഫ്ളാറ്റുകൾ കണ്ടിട്ട് ഭാസ്കരൻ മാമ ചോദിക്കുന്ന ചോദ്യമുണ്ട് "ഇതാണോ പണക്കാരുടെ ലക്ഷം വീട് കോളനി" യെന്ന്. പ്രൗഢിയും പൈതൃകവും കൈവിടാത്ത തറവാട്ടിലെ മൂത്തകാരണവരായി സീനുകളിലോരോന്നിലും എല്ലാ സീനുകളിലും നിറഞ്ഞു നില്ക്കാൻ സാധിച്ചു. "ഞാൻ ഗൗരവത്തിലാ സംഭാഷണങ്ങൾ പറയുക. കേൾക്കുമ്പോൾ പ്രേക്ഷകർ അറിയാതെ ചിരിച്ചുപോകും". ഉള്ളിൽ ഉറങ്ങിക്കിടക്കുന്ന ഹാസ്യത്തിന്റെ അമിട്ടുകളായിരുന്നു *മായാമോഹിനി*യിലെ പകർന്നാട്ടത്തിൽ പൊട്ടിച്ചത്.

"കമലിന്റെ കുടുംബചിത്രമായ *രാപ്പകലി*ലെ ഈശ്വരമംഗലം കോവിലകത്തെ വലിയവർമ്മയായി അഭിനയിച്ചു. ഹൈദരാബാദിൽനിന്ന് വർഷങ്ങൾക്കുശേഷം കോവിലകത്തെത്തുന്ന വലിയവർമ്മരാജ എന്ന വല്ല്യേട്ടൻ കോവിലകത്തെ സർവ്വസ്വമായ കൃഷ്ണനെ (മമ്മൂട്ടി കഥാപാത്രം) കണ്ടമാത്രയിൽ കെട്ടിപ്പിടിക്കുന്നു. വിയർപ്പും മണ്ണുമാണ് വല്ല്യച്ഛാ എന്നു പറഞ്ഞ് തടയാൻ ശ്രമിക്കുമ്പോൾ വിയർപ്പിന്റെയും മണ്ണിന്റെയും മണത്തിനുവേണ്ടി തന്ന്യാ. മണ്ണിൽ ചവിട്ടി നില്ക്കാൻ കഴിയുന്നതുതന്നെ പുണ്യമാ...എന്നുപറയുന്ന രംഗത്തിലെ ഹൃദയത്തിൽ കൊളുത്തുന്ന ഈ വാക്കുമാത്രം മതി എനിക്ക് നടനെന്ന നിലയിൽ ചിരസ്ഥായിയാവാൻ".

ആടുകയും പാടുകയും ചെയ്ത് പ്രായത്തിന്റെ അവശതകൾ മറന്ന് അഭിനയിക്കാൻ ഉണ്ണികൃഷ്ണൻ നമ്പൂതിരി തയ്യാറായി. മലയാളത്തിന്റെ സൂപ്പർ സ്റ്റാർ മമ്മൂട്ടിയുടെ കൂടെ അഭിനയിക്കുമ്പോൾ നമ്മൾ കുറഞ്ഞുപോകാൻ പാടില്ലല്ല്യോ എന്നായിരുന്നു അതേക്കുറിച്ച് ചോദിച്ചപ്പോൾ ഉണ്ണികൃഷ്ണൻ നമ്പൂതിരിയുടെ മറുപടി. കമലിന്റെ ജനപ്രിയചിത്രം *കൈക്കുടന്ന നിലാവാ*ണ് ഉണ്ണിക്കൃഷ്ണൻ നമ്പൂതിരിയുടെ അഭിനയപാടവം തെളിയിച്ച മറ്റൊരു കുടുംബചിത്രം. ജയറാം, ദിലീപ്, രഞ്ജിത, ശാലിനി എന്നിവർ മുഖ്യകഥാപാത്രങ്ങളെ അവതരിപ്പിച്ച *കൈക്കുടന്ന നിലാവിൽ* കുടുംബവാത്സല്യം അനുഭവിക്കുന്ന മുത്തച്ഛനായി. 1998

മെയ് 21 ന് റീലിസായ ചിത്രത്തിന്റെ ഗാനരചന ഗിരീഷ് പുത്തഞ്ചേരിയും സംഗീതം കൈതപ്രം ദാമോദരൻ നമ്പൂതിരിയുമായിരുന്നു.

"സംസ്ഥാന സർക്കാരിന്റെ മികച്ച രണ്ടാമത്തെ ചിത്രത്തിനുള്ള പുരസ്കാരം നേടിയ ബിജുമോനോൻ-സംയുക്തവർമ്മ ചിത്രമായ *മധുര നൊമ്പരക്കാറ്റി*ലും അഭിനയിക്കാൻ കഴിഞ്ഞു. മമ്മൂട്ടി നായകനായ *പോക്കിരിരാജ*യിൽ ധർമ്മചിന്ത കൈവിടാത്ത മുത്തച്ഛനായി അഭിനയിച്ചു. കുതന്ത്രങ്ങൾക്ക് കൂട്ടുനിൽക്കാതെ സത്യത്തിന്റെ വഴിയിൽ ചരിക്കുന്ന മുത്തച്ഛന്റെ സംഭാഷണങ്ങൾ പ്രേക്ഷകർ ഹർഷാരവത്തോടെ സ്വീകരിച്ചു. മമ്മൂട്ടി നായകനായ *ലൗഡ് സ്പീക്കറി*ലും മുത്തച്ഛനായി വേഷമിട്ടു. മമ്മൂട്ടിയുടെ കൂടെ രണ്ടുചിത്രത്തിൽ അപ്രധാനമല്ലാത്ത കഥാപാത്രത്തെ അവതരിപ്പിക്കാൻ കഴിഞ്ഞു. ഇനി എന്റെ മനസ്സിലെ മോഹം മോഹൽലാലിന്റെ കൂടെ ഒരു മുഴുനീള ചിത്രത്തിൽ അഭിനയിക്കണമെന്നാണ്. മുത്തങ്ങ സംഭവത്തെ ആധാരമാക്കി രഞ്ജൻപ്രമോദ് സംവിധാനം ചെയ്ത *ഫോട്ടോഗ്രാഫർ* എന്ന സിനിമയിൽ ലാലിന്റെ ഒപ്പം അഭിനയിച്ചെങ്കിലും മലയാളസിനിമയിലെ വിസ്മയനായകനൊപ്പം വെള്ളിത്തിരയിൽ നിറഞ്ഞാടാനുള്ള ആഗ്രഹം അവശേഷിക്കുന്നു. തൊണ്ണൂറ്റിരണ്ടാം വയസ്സിൽ ഇനി അഭിനയിക്കാനൊക്കെ കഴിയുമോ എന്നു ചോദിച്ചാൽ അത്തരം ഓഫർ വന്നോട്ടെ ഞാൻ ഓടിച്ചെല്ലുമെന്നാണ് പറയാനുള്ളത്. സിനിമയിൽനിന്ന് ക്ഷണത്തിനൊരു കുറവും ഇല്ല. പ്രായാധിക്യവും യാത്രചെയ്യാനുള്ള ബുദ്ധിമുട്ടും കാരണം പഴയ പോലെ നീങ്ങാൻ കഴിയുന്നില്ല. വാർദ്ധക്യസഹജമായി കേൾവിക്കുറവ് അല്പം ബാധിച്ചിട്ടുണ്ടെങ്കിലും മറ്റ് ആരോഗ്യപ്രശ്നങ്ങളൊന്നും ഇല്ല. പ്രമേഹം, പ്രഷർ, കൊളസ്ട്രോൾ ഒന്നും അലട്ടിയിട്ടില്ല. തൊണ്ണൂറ്റി രണ്ട് ആണ്ടിനിടെ ഒരു തവണ മാത്രമാണ് ആശുപത്രിയിൽ അഡ്മിറ്റായത്. അതും ഹെർണിയയുടെ ഓപ്പറേഷനുവേണ്ടി തലശ്ശേരി സഹകരണ ആശുപത്രിയിൽ".

"മലയാളസിനിമയിൽ വ്യാഴവട്ടത്തിനിടെ മുത്തച്ഛന്റെ പ്രതിരൂപമായി തിളങ്ങാൻ കഴിഞ്ഞു. തെന്നിന്ത്യയിലെ താരമായും പേരെടുത്തു. *പമ്മൻ കെ സംബന്ധ്* എന്ന കമൽഹാസൻ ചിത്രത്തിൽ മുത്തച്ഛനായി അഭിനയിച്ചു. യാദൃച്ഛികമായിരുന്നു അതും. ഒരുദിവസം കൈതപ്രം ദാമോദരൻ നമ്പൂതിരി വിളിച്ചു പറഞ്ഞു. അച്ഛാ കമൽഹാസൻ വിളിച്ചിരുന്നു. അദ്ദേഹത്തിന്റെ ഒപ്പം ഒരു സിനിമയിൽ അഭിനയിക്കണം. കമൽഹാസൻ വിളിച്ചിട്ട് പോകാതിരിക്കുകയോ...മറുപടി ഇങ്ങനെയായിരുന്നു. പഴനിയിലായിരുന്നു ഷൂട്ടിങ്. ചിത്രീകരണത്തിനിടെ കമൽഹാസൻ പറഞ്ഞു. "ആദ്യ ഷോട്ട് ഒ കെ... വണ്ടർഫുൾ." അതുകേട്ടപ്പോൾ ചിരിപൊട്ടി. 'നീ എന്തുകരുതി എന്നെക്കുറിച്ച്. ഞാൻ കോറോത്തെ ശ്രേഷ്ഠൻ നമ്പൂതിരിയാണെന്ന് മനസ്സിലായല്ലോ...' (ആത്മഗതം). *പമ്മൻ കെ സംബന്ധി*ന്റെ ലോക്കേഷനിൽനിന്നാണ് കാഞ്ചി കാമകോടി മഠാധിപനെ കാണാൻ പോയത്. യാത്രയും സന്ദർശനാനുമതിയൊക്കെ തരപ്പെടുത്തിയത്

കമൽഹാസനൊപ്പം

കമൽഹാസനായിരുന്നു. രണ്ടുമണിക്കൂർ കാറിൽ യാത്ര ചെയ്ത് മഠത്തിലെത്തി. കാഞ്ചി കാമകോടി മഠാധിപനെ കണ്ട് നമസ്കരിച്ച് അനുഗ്രഹം വാങ്ങി. *പമ്മൻ കെ സംബന്ധിനു*ശേഷം രണ്ടു തെന്നിന്ത്യൻ ചിത്രങ്ങളിൽ അഭിനയിച്ചു. രജനികാന്തിന്റെ *ചന്ദ്രമുഖി*യും ഐശ്വര്യറായി നായികയായ *കണ്ടു കൊണ്ടേൻ കണ്ടുകൊണ്ടേൻ* എന്നിവയിൽ. *ചന്ദ്രമുഖി*യിൽ രജനികാന്തിന്റെ മുത്തച്ഛനായിരുന്നു. താടിയും മുടിയും നീട്ടി കാഷായം ധരിച്ച സന്ന്യാസിയുടെ രൂപം. ചമയങ്ങളോടെ ഞാൻ അഭിനയിച്ച ഏകചിത്രവും *ചന്ദ്രമുഖി*യാണ്. ആദരവോടെയായിരുന്നു രജനികാന്തിന്റെ പെരുമാറ്റം. മേക്കപ്പില്ലാതെ രജനികാന്തിനെ കണ്ടപ്പോൾ എന്റെ മുത്തച്ഛനായി അഭിനയിക്കാൻ പറ്റിയ പ്രകൃതം. സൂപ്പർ നായകപരിവേഷമില്ലാതെ ഇടപഴകി. തിരുമേനിയുടെ അഭിനയശേഷി അപാരം തന്നെ. ഒരു മുൻപരിചയവുമില്ലാതെ ഈ വയസിലും കഥാപാത്രങ്ങളിലേക്ക് കടന്നുകൂടാനുള്ള ശേഷി അഭിനന്ദനീയം...ഷൂട്ടിങ്ങിനിടെ പറഞ്ഞു. സിനിമ പ്രേക്ഷകരും പലതവണ ഇങ്ങനെ പ്രശംസിച്ചു. മമ്മുട്ടി രാപ്പകലിന്റെ ലൊക്കേഷനിൽവച്ച് പറഞ്ഞു. നമ്പൂതിരി നിങ്ങളൊരു അസാമാന്യ പ്രതിഭ തന്നെ. പ്രായത്തെ തോൽപ്പിച്ച നാട്യവിസ്മയം. ആ ശൃംഗാരം അസാധ്യം. അഭിനയരംഗത്തെ മഹാപ്രതിഭകളോടൊപ്പം അഭിനയിക്കു

ന്നതിൽ ഞാൻ അഭിമാനം കൊള്ളുമ്പോൾ അവർ എന്നിലെ നടനെ തിരിച്ചറിയുന്ന ആഹ്ലാദത്തിന്റെ അതുല്യ നിമിഷം ഏറെ അനുഭവിച്ചു. അതുല്യതാരങ്ങളായിട്ടും കമലഹാസനെയും രജനികാന്തിനെയും ചിരിച്ചും പറഞ്ഞും സന്തോഷിപ്പിച്ചു. പരിമിതിയറിഞ്ഞ് സഹായിച്ചു. രജനികാന്തിന്റെ യാഥാർഥ രൂപം ഓർക്കുമ്പോൾ ചിരി വരും. കാണാൻ ഒരു കൊണവും ഇല്ലാത്ത മനുഷ്യൻ. കരിക്കട്ടപോലുള്ള രൂപം..അണിഞ്ഞൊരുങ്ങി അഭിനയം തുടങ്ങിയാൽ അതിശയിച്ചുപോകും. അയാളുടെ ഭാവപ്രകടനവും അഭിനയവും നോക്കി തരിച്ചു നിന്നുപോയി. രജനികാന്തിനെക്കാൾ സൗഹൃദം കമലഹാസനുമായിട്ടാണ്. ചിലപ്പോഴൊക്കെ അദ്ദേഹം വിളിക്കും. ആരോഗ്യവും കുടുംബവിശേഷവും മറ്റും തിരക്കും . “നവതി ദിനത്തിൽ ആദ്യം ഫോണിൽ വിളിച്ച് ആശംസ അറിയിച്ചത് കമലഹാസനായിരുന്നു. മലയാള സിനിമാ ലോകത്തും ഇപ്പോൾ ഏറെ സൗഹൃദങ്ങളു ണ്ട്. എല്ലാവർക്കും വലിയ കാര്യമാണ്. എന്റെ ഉള്ളിലെ കലാകാരനെ കണ്ടെത്തി ഈ കാണുന്ന ഉണ്ണികൃഷ്ണൻ നമ്പൂതിരിയാക്കി മാറ്റിയതിന്റെ ക്രെഡിറ്റ് ജയരാജിനാണ്. മക്കളെപ്പോലെയാണ് ജയരാജിനെ കാണുന്നത്. പയ്യന്നൂരിലോ പരിസരത്തോ എത്തിയാൽ ഇവിടെയെത്തും. ദേശാടനം പോലെ ഒരു സിനിമ എന്റെ ജീവിതത്തിലുണ്ടായിട്ടില്ല. ഇനി ഉണ്ടാവുകയുമില്ല, എന്നൊക്കെ പറയും. താരാധിപത്യത്തിനപ്പുറം പച്ചമനുഷ്യരുടെ ജീവിത പകർപ്പുകളെ വെള്ളിത്തിരയിൽ എത്തിച്ച ജയരാജിന്റെ കണ്ടെത്തൽ കൂടിയാണ് ഞാൻ എന്നതിൽ അഭിമാനമുണ്ട്. അഭിനയജീവിതത്തിൽ അംഗീകാരങ്ങളൊന്നും തേടിയെത്തിയില്ലെങ്കിലും അഭിനയിച്ച കന്നിചിത്രം ദേശീയ സംസ്ഥാന അവാർഡുകൾ വാരിക്കൂട്ടി. ആ വർഷത്തെ മികച്ച പ്രാദേശിക ചിത്രത്തിന്റെ ദേശീയ അവാർഡ് ദേശാടനത്തിന് ലഭിച്ചു. മികച്ച ബാലനടനുള്ള ദേശീയ പുരസ്കാരം പാച്ചുവായി അഭിനയിച്ച മാസ്റ്റർ കുമാറിനായിരുന്നു. സംസ്ഥാന സർക്കാറിന്റെ ആറോളം അവാർഡുകൾ മികച്ച സംവിധായനായി ജയരാജും സഹനടിയായി മിനിനായരും ബാലനടനായി മാസ്റ്റർ കുമാറും പിന്നണി ഗായകനായി യേശുദാസും ഡബ്ബിങ് ആർടിസ്റ്റായി വെൺമണി വിഷ്ണുവും ശബ്ദലേഖനത്തിന് ടി കൃഷ്ണനുണ്ണിയും തെരഞ്ഞെടുക്കപ്പെട്ടു. മധുരനൊമ്പരക്കാറ്റ് മികച്ച രണ്ടാമത്തെ ചിത്രത്തിനുള്ള സംസ്ഥാന അവാർഡ് നേടി.

ഈ നേട്ടങ്ങൾക്കു പിന്നിൽ ആത്മസമർപ്പണത്തിന്റെ വലിയ അധ്യായമുണ്ട്. എഴുപത്തിയാറാം വയസിൽ സിനിമയിൽ ഹരിശ്രീ കുറിച്ച് സർവ്വരും പ്രകീർത്തിക്കുന്ന നടനായി മാറുക ചലച്ചിത്രലോകത്ത് അത്യപൂർവ്വം. ചെറിയ ചെറിയ വേഷങ്ങളിൽ പ്രത്യക്ഷപ്പെട്ട ഒരാൾക്ക് മഹാനടന്മാരോളം കീർത്തിയും അംഗീകാരവും കിട്ടുക അസാധാരണവും”.

പ്രായത്തെ അഭിനയപാടവത്താൽ മറികടന്നുവെന്നതാണ് ഉണ്ണികൃഷ്ണൻ നമ്പൂതിരിയുടെ വിജയം. അഭിനയക്കളരിയുടെയോ അക്കാദമിയുടെയോ പരിശീലനമില്ലാതെ ലഭിച്ച കലാപാത്രങ്ങളെ അർ

പ്പണബോധത്തോടെ തന്മയത്വത്തോടെ പകർത്തി. അഭിനയിച്ച പതിനാലു സിനിമകളിലും മുത്തച്ഛന്റെ വേഷമായിരുന്നു. കലർപ്പില്ലാത്ത അഭിനയ വൈഭവത്തിലൂടെ ആടിയവേഷങ്ങളെ വ്യതിരിക്തമാക്കി. കഥാഭാവത്തിനൊത്ത് കഥാപാത്രത്തിലേക്ക് പകർന്നാടി. ദേശാടനത്തിലെ വിരഹിയായ മുത്തച്ഛനിൽനിന്ന് കല്ല്യാണരാമനിലെ തെക്കേടത്ത് ഗോപാലകൃഷ്ണനിലേക്കും രാപ്പകലിലെ വലിയവർമ്മരാജയിലേക്കമുള്ള പകർന്നാട്ടം കഥക്കിണങ്ങുവിധമുള്ള നടന്റെ ഭാവപകർച്ചയായിരുന്നു. മലയാളിയുടെ മുത്തച്ഛ സങ്കൽപ്പത്തിനിണങ്ങുവിധമുള്ള ആകാരസൗകുമാര്യം മുഖ്യആകർഷണീയതയായി. ഭാവവും രൂപവും സ്വാഭാവവും ഉണ്ണികൃഷ്ണൻ നമ്പൂതിരിയെ മുത്തച്ഛന്റെ മുഖമുദ്രയാക്കി. പല്ലില്ലാത്ത മോണകാട്ടി കുലുങ്ങിചിരിച്ച് നിറഞ്ഞ ഹൃദയത്തോടെ അതിഥികളെ വരവേൽക്കുന്ന പുല്ലേരി ഇല്ലത്തെ കാരണവർ, സംഗീതസംവിധായകൻ ദീപാങ്കുരൻ അടക്കമുള്ളവരുടെ മുത്തച്ഛൻ, ദേവകിയുടെ അച്ഛൻ, കൈതപ്രത്തിന്റെ ശ്വശുരൻ, ഈശ്വരവിശ്വാസി, വെള്ളം ചേർക്കാത്ത കമ്യൂണിസ്റ്റ് ജീവിതം സിനിമയിലേക്കും പറിച്ചുനട്ടപ്പോൾ സ്വാഭാവികത കൈവന്നു. അഭിനയിക്കാൻ വേണ്ടിയുള്ള അഭിനയം ഉണ്ണികൃഷ്ണൻ നമ്പൂതിരിക്ക് അറിയില്ല. വൈകി വന്ന താരമേലങ്കിയിൽ ഊറ്റമോ തലക്കനമോ ഉണ്ടായിട്ടില്ല. അടുത്തവരോട്....അയൽവാസിയോട്....സ്നേഹിക്കുന്നവർക്കൊപ്പം ഉള്ളതെല്ലാം പങ്കുവെക്കും... പറയും..... കരയും... കളിചിരി തമാശ പൊട്ടിക്കും. താരപരിവേഷങ്ങൾക്കൊന്നും ഉണ്ണികൃഷ്ണൻ നമ്പൂതിരിയുടെ ലാളിത്യത്തെ കീഴ്പ്പെടുത്താൻ കഴിഞ്ഞില്ല. ജീവിതം അഭ്രപാളിയിൽ പകർത്തിയപ്പോൾ പ്രേക്ഷകർ സ്വീകരിച്ചു. അവരുടെ ഗൃഹാതുരതയുടെ ഭാവരൂപങ്ങൾ ഉണ്ണികൃഷ്ണൻ നമ്പുതിരിയിൽ കണ്ടെത്തി. എകെജിയുടെ ഉണ്ണി റെഡ് ഷെൽട്ടറിലെ ഉണ്ണിയായിരുന്നു. ആ ഉണ്ണി മലയാളിയുടെ മുത്തച്ഛന്റെ മുഖശ്രീയായി മാറി.

മഹാനടനോടൊപ്പം

"സിനിമാജീവിതത്തിലെ അവിസ്മരണീയമായ അനുഭവങ്ങളിലൊന്നായി മനസ്സിൽ തെളിയുന്നത് മമ്മൂട്ടിയുടെ കൂടെയുള്ള അഭിനയമുഹൂർത്തങ്ങളാണ്. *ദേശാടന*ത്തിൽ അഭിനയിച്ചതുതൊട്ടുള്ള ആഗ്രഹമാണ് മമ്മൂട്ടിയോടൊപ്പം ഒരു വേഷം കിട്ടണമെന്നുള്ളത്. *ദേശാടന*ത്തിനുശേഷം ഏഴോളം ചിത്രങ്ങളിൽ അഭിനയിച്ചിട്ടും അതൊത്തുവന്നില്ല. ആ മഹാനടന്റെ കൂടെ അഭിനയിക്കാൻ കഴിയാത്തതിനാൽ കടുത്ത നിരാശയുണ്ടായിരുന്നു. അങ്ങനെ വിഷമിച്ചിരിക്കുമ്പോഴാണ് മരുമകൻ കൈതപ്രം ദാമോദരൻ നമ്പൂതിരി ഒരുദിവസം ഇല്ലത്തേക്ക് വിളിക്കുന്നത്. സംവിധായകൻ കമൽ വിളിച്ചിരുന്നു. അദ്ദേഹത്തിന്റെ *രാപ്പകൽ* എന്ന ചിത്രത്തിൽ അച്ഛന് വേഷമുണ്ടെന്ന് അറിയിച്ചിരുന്നു. കേട്ടപാടെ ഞാൻ ചോദിച്ചത് മോനെ ആരാ നായകൻ എന്നായിരുന്നു. സാധാരണ പതിവില്ലാത്തതാണിത്. ദാമോദരൻ പറയുന്നത് കേൾക്കാറെയുള്ളൂ. മമ്മൂട്ടിയാണെന്നറിഞ്ഞപ്പോൾ വലിയ ഇഷ്ടമായി. അതുവരെയുണ്ടായ അവശത ഓടിമറഞ്ഞു. പെട്ടെന്ന് സിനിമ തുടങ്ങിയാൽ മതിയെന്നായി. മറ്റൊന്നുംകൊണ്ടല്ല മമ്മൂട്ടിയെ കാണുകയും പരിചയപ്പെടുകയും ചെയ്യാം. മനസ്സിൽ ഏറെനാളായി കൊണ്ടുനടക്കുന്ന ആഗ്രഹം സഫലമാകുന്നു. പിന്നെ ഇടയ്ക്കിടെ ദാമോദരനെ വിളിച്ച് ചോദിക്കും. "മോനെ കമലിന്റെ സിനിമയുടെ ഷൂട്ടിങ് എപ്പോ തുടങ്ങും, വൈകുമോ, അദ്ദേഹം വിളിച്ചിരുന്നോ" എന്നൊക്കെ. ആകാംക്ഷയായിരുന്നു. എന്തെങ്കിലും കാരണത്താൽ ചാൻസ് നഷ്ടപ്പെട്ടുമോയെന്ന ഭയവും. ഒടുവിൽ ആ മഹാസൗഭാഗ്യം വന്നെത്തി. അതല്ലാതെ എന്തുപറയാൻ. നവാഗത നടന്മാരുപോലും കൊതിക്കുന്നതാണ് മമ്മൂട്ടിക്കൊപ്പം ഒരുവേഷം കിട്ടാൻ. അവർക്കുപോലും സാധിക്കാത്ത ഒന്നാണ് വാർദ്ധക്യത്തിൽ എന്നെത്തേടി വന്നത്. *രാപ്പകലി*ൽ ഈശ്വരമംഗലം കോവിലകത്തെ കാര്യസ്ഥനായ

മമ്മൂട്ടിയോടൊപ്പം

കൃഷ്ണന്റെ വേഷമായിരുന്നു മമ്മൂട്ടിക്ക്. തകർപ്പൻ അഭിനയം. കൃഷ്ണനായി മമ്മൂട്ടിയുടെ ഭാവപ്പകർച്ച കണ്ട് മിഴിച്ചുനിന്നുപോയി.

"വരിക്കാശ്ശേരിമനയയിലായിരുന്നു ഷൂട്ടിങ്. സെറ്റിൽ അദ്ദേഹം വന്നു കയറിയപ്പോഴെ ഞാൻ എഴുന്നേറ്റ് കൈകൂപ്പി. എന്റെ ചുമലുപിടിച്ച് ചിരിച്ചുകൊണ്ട് പറഞ്ഞു. "തിരുമേനി അവിടെയിരിക്ക്, നിങ്ങളിങ്ങനെ എന്നെയൊക്കെ കാണുമ്പോൾ എഴുന്നേൽക്കണോ" - അതുകേട്ടപ്പോൾ എനിക്ക് കണ്ണുനിറഞ്ഞു. എന്തുപറയണമെന്നറിയാതെ കുഴങ്ങി. സിനിമയുടെ ശൃംഗത്തിലിരിക്കുന്ന മഹാനടന്റെ വാത്സല്യവും വിനയവും അത്ഭുതപ്പെടുത്തി. ചിരപരിചതനെപ്പോലെയാണ് അദ്ദേഹത്തിന്റെ ഇടപെടൽ. അടുത്തുവന്ന് കൈകൂപ്പി നമസ്കാരം പറയും. തിരുമേനീ എന്തൊക്കെയുണ്ട് എന്നൊക്കെ ചോദിക്കും. പരിഭ്രമംകൊണ്ട് ആദ്യം മറുപടി പറയാൻപോലും കഴിയാറില്ല. അത്രയ്ക്ക് ആരാധനയായിരുന്നു.

ഈശ്വരമംഗലം കോവിലകത്തെ വലിയവർമ്മയോട് കാര്യസ്ഥനായ കൃഷ്ണൻ കാണിക്കുന്ന അടുപ്പവും സ്നേഹവുമുണ്ട്. അത് അന്വർത്ഥമാക്കുകയായിരുന്നു മമ്മൂട്ടി. പ്രത്യേക ശ്രദ്ധയും പരിചരണവും സ്നേഹവും കാണിക്കും. സെറ്റിലുള്ളവരോടൊക്കെ തിരുമേനിയെ നല്ലപോലെ ശ്രദ്ധിക്കണമെന്നുപറയും. സത്യത്തിൽ ഇതൊക്കെ കണ്ട് കരഞ്ഞുപോയി. ആ വലിയ മനുഷ്യൻ എന്നോടു കാണിക്കുന്ന കരുതലും സ്നേഹപ്രകടനവും കാണുമ്പോൾ. സെറ്റിലെ വിശ്രമവേളയിൽ അടുത്തേക്ക് വിളിക്കും പഴയ കാര്യങ്ങളൊക്കെ അന്വേഷിക്കും. ഒരിക്കൽ ഞാൻ പോരാ പോരാ നാളിൽ നാളിൽ.....മുഹമ്മദ് അബ്ദുൾ റഹിമാനെക്കുറിച്ചുള്ള മാന്യൻ മതിമഹാൻ.. പാട്ടുകൾ പാടി. പിന്നെ കാണുമ്പോഴൊക്കെ അബ്ദുറഹ്മാനെക്കുറിച്ചുള്ള പാട്ടുപാടാൻ പറയും. മടികൂടാതെ ഉച്ചത്തിൽ

പാടിക്കേൾപ്പിക്കും. കൈയടിച്ചും കൈകുലുക്കിയും അഭിനന്ദിക്കും. ചരിത്രത്തോടും സാഹിത്യത്തോടും മമ്മൂട്ടിക്കുള്ള കമ്പമാണ് എന്നോട് പാട്ടു പാടാൻ പറയുന്നതിന്റെ പിന്നിൽ. *രാപ്പകലി*ന്റെ ഷൂട്ടിങ് പുരോഗമിക്കവെ മമ്മൂട്ടിയുമായി നല്ല സൗഹൃദത്തിലായി. സെറ്റിൽനിന്നു വരുമ്പോൾ ഒരു ഡയറിയുമായി ഞാൻ ചെന്നു. "തിരുമേനി എന്താ കുട്ടികളെപ്പോലെ..." ഞാൻ പറഞ്ഞു "ഈ വയസ്സന്റെ ഒരാഗ്രഹമാണ്." ഉടനെ എഴുതി- തല നരച്ചതുകൊണ്ട് അങ്ങ് വൃദ്ധനോ ഞാൻ യുവാവോ ആകില്ല....യൗവ്വനം വന്നുദിച്ചിട്ടും ചെറുതായില്ല ചെറുപ്പം. സ്നേഹത്തോടെ മമ്മൂട്ടി. ഉണ്ണായി വാര്യരുടെ *നളചരിത*ത്തിലെ വരികൾ. വയസ്സൻ എന്നുപറഞ്ഞതുകൊണ്ടായിരിക്കും അദ്ദേഹം ഇങ്ങനെ കുറിച്ചത്. എ കെ ജിയുടെ കത്തിലെ വരികൾപോലെ ഞാൻ മനസ്സിൽ സൂക്ഷിക്കുന്നു മമ്മൂട്ടി കുറിച്ച വരികൾ. ഓർമ്മകൾ കുറഞ്ഞുവരുന്ന ജീവിത സായാഹ്നത്തിലും അവശേഷിക്കുന്ന ചിലതുണ്ട്. അതിലൊന്നാണ് മമ്മൂട്ടി ഡയറിയിൽ കുറിച്ച *നളചരിത*ത്തിലെ വരികൾ. ചെറുതായില്ല ചെറുപ്പം.

"അപൂർവ്വമായ കുടുംബചിത്രമാണ് *രാപ്പകൽ*. സ്വത്തിനും പണത്തിനും വേണ്ടി ശിഥിലമാകുന്ന കുടുംബബന്ധങ്ങളുടെ കഥയാണത്. *രാപ്പകലിൽ* മമ്മൂട്ടിയുടെ കഥാപാത്രം മനസിൽ വേദനയും പ്രതീക്ഷയും പകരുന്നതുതാണ്. ഒരോ രംഗവും മനസ്സിൽ തട്ടുമായിരുന്നു. ഒരിക്കൽ അടൂർ ഗോപാലകൃഷ്ണനോട് *ദേശാടനം* കഴിഞ്ഞാൽ അഭിനയിച്ച മികച്ച സീൻ ഏതാണെന്ന് ചോദിച്ചു. അദ്ദേഹം സംശയമെന്യേ പറഞ്ഞു. "*രാപ്പകലി*ലെ അവസാനരംഗം...എല്ലാം വിറ്റുതുലച്ച് പ്രതാപം നശിച്ച ഈശ്വരമംഗലത്തുനിന്നുള്ള യാത്രപറച്ചിൽ കോരിത്തരിപ്പിച്ചുപോയി ഉണ്ണിയേട്ടാ." അതിന്റെ മുഴുവൻ ക്രെഡിറ്റും മമ്മൂട്ടിയെന്ന താരരാജാവിനുള്ളതാണ്. അദ്ദേഹത്തിന്റെ പ്രോത്സാഹനവും പരിഗണനയുമാണ് അങ്ങനെയൊക്കെ അഭിനയിക്കാൻ പ്രേരിപ്പിച്ചത്. ആദ്യം പരിഭ്രമമൊക്കെയുണ്ടായി. വലിയ നടനൊടോപ്പം അഭിനയത്തിന്റെ ബാലപാഠംപോലും ഗ്രഹിക്കാത്ത എങ്ങനെ അഭിനയിക്കും. ആധിയുണ്ടായിരുന്നു. പക്ഷേ കണ്ടപ്പോഴുള്ള നല്ലവാക്കിൽ എല്ലാ പരിഭ്രമവും ഇല്ലാതായി.

"*രാപ്പകലി*നുശേഷം *പോക്കിരിരാജ, ലൗഡ് സ്പീക്കർ* തുടങ്ങിയ ചിത്രങ്ങളിലും അദ്ദേഹത്തോടൊപ്പം അഭിനയിക്കാനുള്ള ഭാഗ്യം ലഭിച്ചു. എല്ലാം ഒന്നിനൊന്ന് കേമം. മലയാള സിനിമയുടെ ചരിത്രപുരുഷനായ നടനോടൊപ്പം എൺപതിന്റെ നിറവിലും അഭിനയിക്കാൻ കഴിഞ്ഞുവെന്നത് വലിയകാര്യമല്ലെ. ഇപ്പോൾ നടക്കാനൊക്കെ വലിയ വിഷമമുണ്ട്. മമ്മൂട്ടി ചിത്രത്തിൽ അഭിനയിക്കാൻ അവസരം ലഭിച്ചാൽ പാഴാക്കില്ല. വേദനയും പ്രായവും മറന്ന് ഞാൻ പോകും. ആ സാമീപ്യം മാത്രം മതി എനിക്ക് ആവേശം പകരാൻ. അത് തിരിച്ചറിഞ്ഞായിരിക്കാം മലയാളത്തിലെ മനോഹരമായ വരികൾ..... യൗവ്വനം വന്നുദിച്ചിട്ടും ചെറുതായില്ല ചെറുപ്പം എന്നു കുറിച്ചത്".

സ്നേഹാക്ഷരം

മുത്തച്ഛാ എന്നു വിളിക്കുമെന്ന് കരുതേണ്ട. എനിക്ക് അതിന് മനസ്സില്ല. എന്താ ഡിയർ, കണ്ണ്, ചുണ്ട്, മൂക്ക് ഇത്യാദിയെല്ലാം എനിക്ക് ഇഷ്ടായി. നിറവും കൊള്ളാം. വൈകുന്നേരത്തെ നടപ്പ് മുടക്കേണ്ട, നല്ല നടപ്പും ആവാം. സത്യത്തിൽ എന്നിൽ ഉണ്ടാകുന്ന ഒന്നായി അസൂയ. എൺപത്തുരണ്ടുകാരനായ വൃദ്ധനല്ല നിങ്ങൾ. എൺപത്തിരണ്ടുകാരനായ യുവാവാണ് - **ബാലചന്ദ്രമേനോൻ**

എന്റെ പ്രിയ മുത്തച്ഛാ,

എപ്പോഴും ചിരിക്കുന്ന ഈ മുഖവും മുഖത്തെ ചൈതന്യവും, വാത്സല്യവും എന്നും ഓർമ്മയിൽ സൂക്ഷിക്കുന്നു ഞാൻ. ഈ സാന്നിദ്ധ്യം തരുന്ന പ്രസാദാത്മകത ഞങ്ങളുടെ ഷൂട്ടിങ് വേളയെ ധന്യമാക്കുന്നതിൽ ഒരായിരം നന്ദി. ആയുരാരോഗ്യസൗഖ്യം നേർന്നുകൊണ്ട് - **കമൽ**

എത്ര സമ്പന്നത നിറഞ്ഞ സദസ്സിലും സാത്വികമായ മുഖപ്രസാദം നല്കി സാന്നിദ്ധ്യമറിയിക്കുന്ന മഹാന് പ്രണാമം. മുത്തച്ഛന്റെ പ്രായത്തിലും ഒരങ്കത്തിന്റെ ബാല്യം സൂക്ഷിക്കാൻ ദൈവം നിങ്ങളെ അനുഗ്രഹിച്ചിരിക്കുന്നു. അങ്ങയുടെ എളിമയും വലിയ മനസ്സും നിറഞ്ഞ സ്നേഹവും ഞങ്ങൾക്ക് മാർഗ്ഗദർശനമാകുന്നു - **പി ശ്രീകുമാർ**

ഒരുപാടു ചിത്രങ്ങളിൽ വേഷമിട്ടു. അനേകം അഭിനേതാക്കൾക്കൊപ്പം അഭിനയിച്ചു. അതിലെപ്പോഴും ഓർക്കുന്ന വ്യക്തിത്വമാണ് ഉണ്ണിക്കൃഷ്ണൻ നമ്പൂതിരി. സ്വാഭാവികത, ശരീരഭാഷ, നടനെ സംബന്ധിച്ചിടത്തോളം പ്രധാനമാണ്. അഭിനയിക്കുമ്പോൾ കൈ എവിടെ വയ്ക്കണം എന്നതാണ് സാധാരണ നടൻമാർ നേരിടുന്ന പ്രതിസന്ധി. ഉണ്ണിക്കൃഷ്ണൻ നമ്പൂതിരിക്ക് ഇതൊന്നും ഒരു പ്രശ്നമല്ല. ജന്മസിദ്ധമായ അഭിനയപ്രതിഭയാണ് അദ്ദേഹം. ആൾക്കൂട്ടത്തിൽ തനിയെ നടന് ഉണ്ടാകേണ്ട ഉത്തമബോധ്യം വേണ്ടുവോളമുണ്ട്. മുത്തച്ഛനെപ്പോലെയാണ് ഞങ്ങൾക്ക്, എന്നാൽ മനസ്സിൽ ചെറുപ്പമാണ് മുത്തച്ഛന് - **വിജയരാഘവൻ**

ഒരാൾ മാത്രം

കാവ്യമാധവൻ

ദേശാടനം സിനിമയിലെ അഭിനേതാക്കളെക്കുറിച്ച് പ്രേക്ഷകർ പുകഴ്ത്തി പറയുന്നതുകേട്ടപ്പോൾ സിനിമ കാണാനുള്ള മോഹം ഉദിച്ചു. ചിത്രത്തിൽ മുത്തച്ഛനായി അഭിനയിക്കുന്നത് കൈതപ്രം ദാമോദരൻ മാഷിന്റെ ഭാര്യയുടെ അച്ഛനാണെന്നും പയ്യന്നൂരുകാരനാണെന്നും പറഞ്ഞുകേട്ടപ്പോൾ അത് ഇരട്ടിച്ചു. ഞാൻ സ്കൂളിൽ പഠിക്കുന്ന സമയത്തായിരുന്നു ചിത്രം തീയറ്ററിലെത്തിയത്. സിനിമകണ്ടപ്പോൾ മുത്തച്ഛന്റെ അഭിനയം ഹരം കൊള്ളിച്ചു. വിരഹത്തിന്റെ തീവ്രതയും വാത്സല്യവും അനുഭവിക്കുന്ന അഭിനയം എന്നെ സത്യത്തിൽ അത്ഭുതപ്പെടുത്തി. ആദ്യ സിനിമയിലാണ് വേഷമിടുന്നതെന്ന പരിഭ്രമം തെല്ലും പ്രകടിപ്പിക്കാതെയുള്ള അദ്ദേഹത്തിന്റെ വേഷപ്പകർച്ച വിസ്മയിപ്പിക്കുകയായിരുന്നു. അഭിനയിച്ച എല്ലാവരുടെയും ആത്മാർത്ഥത മൂലമാണ് മലയാളത്തിലെ ജനപ്രിയ സിനിമയായി *ദേശാടനം* മാറിയത്.

ഒരാൾ മാത്രം എന്ന ചിത്രത്തിലാണ് ഞാൻ മുത്തച്ഛന്റെ കൂടെ അഭിനയിച്ചത്. ലൊക്കേഷനിൽ തമാശയൊക്കെ പറഞ്ഞ് പൊട്ടിച്ചിരിക്കുന്ന മുത്തച്ഛനുമായി വേഗം അടുത്തു. കാരണം അതിലെ ഏറ്റവും പ്രായം കുറഞ്ഞ വ്യക്തി ഞാനും പ്രായം കൂടിയത് മുത്തച്ഛനുമായിരുന്നു. എന്റെ മുത്തച്ഛനായാണ് സിനിമയിൽ വേഷമെങ്കിലും സെറ്റിൽ എല്ലാവരുടെയും മുത്തച്ഛനായിരുന്നു അദ്ദേഹം. സമയംകിട്ടുമ്പോഴൊക്കെ ഞാൻ അരികിൽ എത്തും. നാട്ടുവിശേഷങ്ങളും പഴയകാലത്തെ അനുഭവങ്ങളും അയവിറക്കും. എന്റെ ഭാഷയും നന്മയും ഗ്രാമീണതയും.... അതൊക്കെ കേൾക്കുമ്പോൾ വല്ലാത്ത ഗൃഹാതുരത അലട്ടും. അടുത്തടുത്ത നാട്ടുകാരായതിനാൽ ഞങ്ങളുടെ ആശയവിനിമയം സുഗമമാണ്. മോളെ..... എന്നുള്ള നീട്ടിവിളിയിൽ സത്യത്തിൽ നീലേശ്വരം ഓർമ്മകൾ ഉണരും. പ്രായമായവരൊക്കെ അവിടെ പെൺകുട്ടികളെ മോളേ എന്നേ വിളിക്കൂ.

ഞാൻ പറയുന്നത് മുത്തച്ഛനും, അദ്ദേഹം പറയുന്നത് എനിക്കും എളുപ്പത്തിൽ പിടികിട്ടും. ഞങ്ങളുടെ സൗഹൃദത്തിന് അതും ഒരു കാരണമായി എന്നുപറയാം. അല്പം കേൾവിക്കുറവുണ്ടെങ്കിലും ഞാൻ പൊതുവെ ഉച്ചത്തിൽ സംസാരിക്കുന്ന ആളായതുകൊണ്ട് മുത്തച്ഛന് വേഗം മനസ്സിലാകും. സിനിമയിലെ ഡയലോഗൊക്കെ നല്ല ഉച്ചത്തിൽ പറഞ്ഞാലെ മുത്തച്ഛന് തിരിയൂ. ഷൂട്ടിങ് തീരുമ്പോഴേക്കും ഞങ്ങൾ തമ്മിലുള്ള സൗഹൃദവും വളർന്നു.

പിന്നിടൊരിക്കൽ നീലേശ്വരം പോകുന്നവഴിയിൽ മുത്തച്ഛന്റെ ഇല്ലത്ത് പോയി. അവിടത്തെ സ്നേഹവും സ്വീകരണവും ഇപ്പോഴും മറന്നിട്ടില്ല.. മുത്തച്ഛന്റെ ഭാര്യയ്ക്കും കുടുംബാംഗങ്ങൾക്കും ഒപ്പം അന്ന് കുറേ സമയം ചെലവിട്ടു. ഭക്ഷണമൊക്കെ കഴിച്ചാണ് മടങ്ങിയത്. ഇല്ലത്തിനടുത്തുള്ള സ്കൂളും കുളവും പടിപ്പുരയുമൊക്കെ ചുറ്റി കണ്ടതും മറ്റും മനസ്സിലുണ്ട്. നടി എന്ന നിലയിലൊന്നുമല്ല, അവരുടെ പേരമകളെ കാണുന്നതും കാക്കുന്നതുംപോലുള്ള പരിഗണനയാണ് തന്നത്. പിന്നീട് എന്റെ സ്വന്തം നാട്ടിൽ നീലേശ്വരത്ത് ഒരു പൊതു പരിപാടിയിൽ ഞാനും മുത്തച്ഛനും മുൻ മുഖ്യമന്ത്രി ഇ കെ നായനാരുടെ പത്നി ശാരദടീച്ചറുമൊക്കെ പങ്കെടുത്തു. രാഷ്ട്രീയ നേതാക്കളിൽ ഇ കെ നായനാരെയാണ് ഏറെ ഇഷ്ടം എന്നൊക്കെ പറഞ്ഞായിരുന്നു എന്റെ പ്രസംഗം. മുത്തച്ഛന് അത് വലിയ ഇഷ്ടായി. നായനാരൊക്കെ അദ്ദേഹത്തിന്റെ ഇല്ലത്ത് ഒളിവിൽ കഴിഞ്ഞ കാര്യങ്ങളൊക്കെ അവിടെ വിവരിച്ചു. ഇപ്പോഴും പയ്യന്നൂരിലെ പരിചയക്കാരെ കാണുമ്പോൾ മുത്തച്ഛന്റെ വിവരങ്ങളൊക്കെ തിരക്കാറുണ്ട്. അത്ര നല്ല കൂട്ടായിരുന്നു ഞങ്ങൾ തമ്മിൽ. രസികനും സരസനുമായ മുത്തച്ഛന്റെ പൊട്ടിച്ചിരി ഈ അക്ഷരങ്ങൾ എഴുതുമ്പോൾ കാതിൽ മുഴങ്ങുന്നു. തൊണ്ണൂറ്റിരണ്ടു വയസ്സ് പിന്നിട്ടുവെന്നത് വിശ്വസിക്കാൻ പ്രയാസമുള്ള കാര്യമാണ്. ആ മനസ്സ് ഇപ്പോഴും യുവത്വം കൈവിട്ടിട്ടില്ലെന്നത് ആരേക്കാൾ നന്നായി എനിക്കറിയാം. രാജേഷ് കടന്നപ്പള്ളി തയ്യാറാക്കിയ *റെഡ് ഷെൽട്ടറിലെ ഉണ്ണി* മുത്തച്ഛന്റെ ശ്രേഷ്ഠമായ ജീവിതത്തെ ചിത്രീകരിക്കുന്നതിൽ അതിയായ സന്തോഷമുണ്ട്.

ഫിലിമോഗ്രാഫി

വർഷം	സിനിമ	കഥാപാത്രം	സംവിധായകൻ
1996	ദേശാടനം	മുത്തച്ഛൻ	ജയരാജ്
1998	കൈക്കുടന്ന നിലാവ്	മുത്തച്ഛൻ	കമൽ
1999	അങ്ങനെ ഒരു അവധിക്കാലത്ത്	പരമേശ്വരവാര്യർ	മോഹൻ
2000	മധുരനൊമ്പരക്കാറ്റ്	മുത്തച്ഛൻ	കമൽ
2000	കണ്ടുകൊണ്ടേൻ കണ്ടുകൊണ്ടേൻ	(ഐശ്വര്യറായ്ക്കൊപ്പം)	രാജീവ് മേനോൻ
2002	കല്ല്യാണരാമൻ	മുത്തച്ഛൻ	ഷാഫി
2002	പമ്മൻ കെ സംബന്ധ് (തമിഴ്)	(കമൽഹാസനൊപ്പം)	ടി എസ് ബി കെ മൗലി
2005	രാപ്പകൽ	വലിയവർമ്മ	കമൽ
2005	ചന്ദ്രമുഖി	(രജനികാന്തിനൊപ്പം)	പി വാസു
2006	ഫോട്ടോഗ്രാഫർ	മുത്തച്ഛൻ	രഞ്ജൻപ്രമോദ്
2009	ലൗഡ് സ്പീക്കർ	മുത്തച്ഛൻ	ജയരാജ്
2010	പോക്കിരിരാജ	വൈശാഖ്	
2012	മായാമോഹിനി	വല്ല്യമ്മാവൻ	ജോസ് തോമസ്
2014	മഴവില്ലിനറ്റംവരെ	(കൈതപ്രം ദാമോദരൻ നമ്പൂതിരി)	
2014	വസന്തത്തിന്റെ കനൽവഴികൾ		അനിൽ വി നാഗേന്ദ്രൻ

സഹായഗ്രന്ഥങ്ങൾ

വില്യം ലോഗൻ	*മലബാർ മാന്വൽ*
എം ആർ രാഘവവാര്യർ	*കേരളോൽപത്തി ഗ്രന്ഥവരി*
ഡോ. എൻ വി പി ഉണിത്തിരി	*അത്യുത്തരകേരളീയം*
പാട്യം പഠന ഗവേഷണകേന്ദ്രം	*കണ്ണൂർ ജില്ല കമ്യൂണിസ്റ്റ് പാർടി ചരിത്രം* (സഞ്ചിക 1, 2)
കെ ബാലകൃഷ്ണൻ	*കണ്ണൂർകോട്ട*
ഡോ. പി കെ ആർ വാര്യർ	*ഒരു സർജന്റെ ഓർമ്മക്കുറിപ്പുകൾ*
ദേവകി നിലയങ്ങോട്	*കാലപ്പകർച്ചകൾ*
പയ്യന്നൂർ കുഞ്ഞിരാമൻ	*ദി റെഡ്*
വിദ്യാർഥി പ്രസ്ഥാന സുവർണ്ണ ജൂബിലി പതിപ്പ്	ചിന്ത

www.ingramcontent.com/pod-product-compliance
Lightning Source LLC
LaVergne TN
LVHW042305051026
849519LV00012B/2791
* 9 7 8 9 3 8 4 4 4 5 7 9 9 *